# AMAANYI GA KATONDA

*Okuva edda n'edda tewawulirwanga nga waaliwo omuntu eyazibula amaaso g'omuntu eyazaalibwa nga muzibe wa maaso. Omuntu oyo singa teyava wa Katonda teyandiyinzizza kukola kigambo.*
*(Yokaana 9:32-33)*

# AMAANYI GA KATONDA

*Dr. Jaerock Lee*

**Amaanyi ga Katonda** ekya Dr. Jaerock Lee
Kyafulumizibwa aba Urim Books (Abakulirwa: Johnny. H. Kim)
#235-3, Guro-dong3, Guro-gu, Seoul Korea
www.urimbooks.com

Obuyinza bwonna tubwesigaliza. Ekitabo kino oba ebitundu byakyo tebirina kufulumizibwa nate mu ngeri yonna, oba okuterekebwa mu ngeri yonna, oba okufulumizibwa mu kika kyonna ng'okwokyesaamu, oba okunaazaamu kkoppi, awatali lukusa okuva eri abaakifulumya..

Okujjako nga kiragiddwa, eby'awandiikibwa byonna bisimbuddwa mu Kitabo Ekitukuvu

Obwannannyini © 2009 bwa Dr. Jaerock Lee
ISBN: 979-11-263-1184-2 03230
Obwannannyini ku kuvunnula © 2005 bwa Dr. Esther K. Chung. Ng'akkiriziddwa.

Kyasooka kufulumizibwa mu lulimi olu Korea aba Urim Books mu 2004

Kyasooka kufuluma mu gw'omwenda 2005

Ogw'okubiri mu gw'omusanvu 2009

Kyasunsulibwa Dr. Geumsun Vin
Kyalungiyizibwa Ekitongole ekisunsuzi ekya Urim Books
Ayagala okumanya ebisingawo: yita mu mukutu gwa urimbook@hotmail.com

# Eby'omuwandiisi

*Ekitabo ekirina-okusomebwa ekikolanga ekirung'amya ekikulu nga mu kyo omuntu asobola okufuna okukkiriza okutuufu era n'alaba amaanyi ga Katonda eg'ewunyisa*

Nneebaza Katonda Kitaffe, atuwadde omukisa okufulumya mu kitabo kimu obubaka bwonna obwali mu lukung'ana olw'ekkumi n'olumu olw'okuwonyezebwa okw'enjawulo olumala ssabbiiti bbiri buli mwaka olwaliwo mu gw'okutaano gw'omwaka 2003 – nga lwatambulira wansi w'omulamwa "Amaanyi" – ng'eno waabaawo obujulizi obw'amaanyi obwaweesa Katonda ekitiibwa.

Okuva mu 1993, nga twakamala okukuza emyaka kkumi bukya kanisa etandika, Katonda yatandika okukuza ba memba b'ekanisa ya Manmin Enkulu okufuna okukkiriza okutuufu era bafuuke abantu ab'omwoyo okuyita mu lukung'ana olw'enjawulo olwa buli mwaka olumala ssabbiiti bbiri.

Wansi w'omulamwa gw'olukung'ana olw'okuwonyezebwa

olwa 1999 ogwa "Katonda Kwagala," Yakkiriza okugezesebwa okw'emikisa ba memba ba Manmin basobole okutegeera omugaso gw'enjiri entuufu, batuukirize amateeka mu kwagala, era tufaanane Mukama waffe eyali alaze amaanyi ag'ekitalo.

Eyo mu matulutulu g'ekyasa ekippya ekya 2000, abantu bonna okwetooloola ensi okusobola okwerabira ku maanyi ga Katonda Omutonzi, enjiri ya Yesu Kristo, n'ebyo eby'omuliro gw'Omwoyo Omutukuvu, Katonda yatuwa omukisa ne tufulumya butereevu ebyo ebyali mu lukung'ana olw'okuwonyezebwa nga bwe byatambulanga ku mukutu gwa Moogoonghwa ne yintaneeti. Mu 2003, abantu abaava mu makanisa nga 300 ag'omu Korea ne mu nsi endala kkumi na taano beenyigira mu Lukung'ana lw'okuwonyezebwa.

Amaanyi ga Katonda kigezezaako okwanjula emitendera omuntu mwayita okusisinkana Katonda era n'afuna amaanyi Ge, emitendera egy'enjawulo egy'amaanyi, Amaanyi Agasingirayo ddala ag'Obutonzi agassukuluma ku kkomo omuntu wasobola okutuuka, n'ebifo amaanyi Ge wegeyolekera.

Amaanyi ga Katonda Omutonzi g'akka ku muntu gyakoma okubeera ng'afaanana Katonda oyo ekitangaala. Era, bwafuuka omu ne Katonda mu mwoyo, asobola okulaga ekika ky'amaanyi Yesu kye yalaga. Kino kiri bwe kityo lwakuba mu Yokaana 15:7, Mukama waffe atugamba, "Bwe mubeera mu nze, n'ebigambo byange bwe bibeera mu mmwe, musabenga kye mwagala kyonna, munaakikolerwanga."

Kubanga nze kennyini nneerabiddeko ku ssanyu mu ddembe okuva lwennava mu myaka omusanvu gye nnamala nga ndi mukubonaabona n'endwadde, okusobola okubeera omuweereza ow'amaanyi afaanana Mukama, Nnaasiiba n'ensaba okumala ennaku n'emirundi mingi nga maze okuyitibwa okubeera omuweereza wa Mukama. Yesu atugamba mu Makko 9:23, "'Oba ng'oyinza!' byonna biyinzika eri akkiriza." Era nnakiriza era n'ensaba kubanga nanywerera ku bisuubizo bya Yesu, "[Oyo yenna] akkiriza Nze emirimu gye nkola nze, naye aligikola: era alikola egisinga egyo obunene: kubanga nze ng'enda eri Kitange." (Yokaana 14:12). Era ekyavaamu, okuyita mu nkung'ana ez'amalanga ssabbiiti bbiri buli mwaka ez'okuwonyezebwa, Katonda atulaze obubonero obwewuunyisa n'ebyamagero era n'atuwonya emirundi egitabalika n'okuddibwamu. Era, mu ssabbiiti ey'okubiri ey'olukung'ana lwa 2003 Olw'okuwonyezebwa, Katonda essira ly'okulaga amaanyi Ge yaliteeka ku abo abaali abazibe, abatasobola kutambula, kuwulira, n'okwogera.

Wadde sayansi w'okujanjaba akulaakulanye era ng'akyeyongera okugenda mu maaso, Kiba kizibu ddala abo abantu abazibye amaaso oba amatu okuwonyezebwa. Wabula, Katonda omuyinza wa byonna, yalaga amaanyi Ge okuba nti ne bwe nnasabiranga ku kituuti, omulimu gw'amaanyi g'obutonzi gwali guzza buggya obusimu obwafa edda n'obutafaali, era abantu ne batandika okulaba, okuwulira, n'okwogera. Okwongereza kw'ebyo, eng'umba z'emigongo ezaalinga z'efunyizza zaatereeranga, n'amagumba agaali gagongobadde nga g'ata abantu ne basobola okusuula eri emiggo gyabwe, obuti kwe batambulira, n'obugaali, ne bayimirira, ne babuuka, era ne batambula.

Emirimu gya Katonda egy'ebyamagero era tegikugirwa budde wadde ebbanga. Abantu abeetaba mu Lukung'ana luno Olw'okuwonyezebwa okuyita ku mukutu gw'ekisowaani ne Yintaneeti n'abo baalaba amaanyi ga Katonda, era obujjulizi bwabwe bukyasindiikibwa n'okutuuka leero.

Eno yensonga lwaki obubaka okuva mu Lukung'aana lw'okuwonyezebwa olwa 2003 – nga mu luno abantu abatabalika baddamu ne bazaalibwa olw'ekigambo eky'amazima, ne bafuna obulamu obuggya, obulokozi, eby'okuddamu, n'okuwonyezebwa, baalaba amaanyi ga Katonda, era ne bamugulumiza – buteekeddwa mu kitabo kimu.

Nneebaza mu ngeri ey'enjawulo Geumsun Vin, Akulira Ekitongole Ekisunsuzi ne bakozi banne, n'Ekitongole Ekivunuzi olw'omulimu ogw'amaanyi gwe bakoze n'okwewaayo.

Buli kinnoomu ku mmwe kaalabe amaanyi ga Katonda Omutonzi, enjiri ya Yesu Kristo, n'ebyo eby'omuliro eby'Omwoyo Omutukuvu, era essanyu n'okusanyuka ka bikulukute mu bulamu bwammwe – bino byonna mbisabye mu linnya lya Mukama waffe!

*Jaerock Lee*

# Ennyanjula

*Ekitabo ekirina-okusomebwa ekikolanga ekirung'amya ekikulu nga mu kyo omuntu asobola okufuna okukkiriza okutuufu era n'alaba amaanyi ga Katonda eg'ewunyisa*

Nneebaza n'okuddiza Katonda ekitiibwa, oyo atusobozesezza okufulumya mu kitabo kimu obubaka obwava 'Mu lukung'ana olw'enjawulo olw'Ekkumi n'olumu olwamala ssabbiiti bbiri ne Dr. Jaerock Lee' mu gw'okutaano gwa 2003, olwabaawo wakati mu maanyi ga Katonda ag'ewunyisa era amangi ennyo.

Amaanyi ga Katonda kijja kukuzingira mu kisa n'okukwatibwako, engeri gye kirimu obubaka bwa mirundi mwenda obwali mu Lukung'ana lw'Okuwonyezebwa olwatambulizibwa ku mulamwa gwa "Amaanyi," wamu n'obujulizi okuva mu bantu ab'enjawulo abo abakwatibwako obutereevu amaanyi ga Katonda omulamu n'enjiri ya Yesu Kristo.

Mu Bubaka obusooka, "Okukkiriza mu Katonda," enfaanana ya Katonda, kitegeeza ki okumukkiririzaamu, n'engeri ze tuyinza okusisinkana n'okumulaba nga binyonyolwa.

Mu Bubaka Obw'okubiri, "Okukkiririza mu Mukama," ekigendererwa ky'okujja kwa Yesu ku nsi, lwaki Yesu yekka ye Mulokozi waffe, era lwaki tufuna obulokozi n'okuddibwamu bwe tukkiririza mu Mukama Yesu, byonna byogerwako.

Obubaka Obw'okusatu, "Ekibya ekisinga ejjinja ery'omuwendo," bunyonyola ku kiki ekyetaagisa okufuuka ekibya eky'omuwendo, eky'ekitiibwa, era ekirungi mu maaso ga Katonda, n'emikisa egijja eri ekibya ng'ekyo.

Obubaka Obw'okuna, "Ekitangaala," bunyonyola ekitangaala eky'omwoyo, kiki ekyetaagisa okusobola okusisinkana Katonda nga ye kitangaala, n'emikisa gye tunaafuna bwe tutambulira mu kitangaala.

Obubaka Obw'okutaano, "Amaanyi g'Ekitangaala," bwetooloolera mu mitendera ena egy'amaanyi ga Katonda ago agalagibwa abantu abaatondebwa okuyita mu langi ez'enjawulo ez'ekitangaala, n'obujulizi-bw'abantu obubaddewo obw'enjawulo obw'okuwonyezebwa obulagibwa ku buli mutendera. Era, mu kwanjula Amaanyi Agasingirayo ddala ag'Obutonzi, amaanyi ga Katonda agataliiko kkomo n'engeri gye tuyinza okufuna amaanyi ag'ekitangaala binyonyolwa mu bujjuvu.

Nga bwesigama ku ngeri omusajja eyazaalibwa nga muzibe bwe yatandika okulaba ng'amaze okusisinkana Yesu ne ku bujulizi bw'abantu abawerako amaaso gaabwe agaazibuka era ne bawonyezebwa obutalaba, Obubaka Obw'omukaaga, "Amaaso g'Abazibe gajja Kulaba," bujja kukuyamba okutegeera mu buliwo amaanyi ga Katonda Omutonzi.

Mu Bubaka Obw'omusanvu, "Abantu bajja Kuyimirira,

Babuuke, n'Okutambula," olugero lw'akonzibye eyajja mu maaso ga Yesu ng'ayambibwako mikwano gye, ayimuka, n'atambula, lwekenneenyezebwa bulungi. Obubaka era, butangaaza omusomi ku bika by'ebikolwa eby'okukkiriza bye balina okuleeta mu maaso ga Katonda okusobola okufuna amaanyi eg'ekika kino leero.

Obubaka Obw'omunaana, "Abantu bajja kujaguza, Bazine, n'Okuyimba," Butunula mu lugero lwa kasiru eyawona bwe yajja mu maaso ga Yesu, era bunyonyola n'engeri naffe gye tuyinza okulaba amaanyi ng'ago leero.

Ekisembayo, mu Bubaka Obw'omwenda, "Obugabirizi bwa Katonda obutalemwa," buwa obunnabbi ku nnaku ez'oluvanyuma n'obugabiriza bwa Katonda eri ekanisa ya Manmin Enkulu – era nga byombi byayolesebwa Katonda yennyini okuva ng'ekanisa ya Manmin yakatandikibwa emyaka ng'amakumi abari egiyise-binyonyolwa bulungi.

Through this work, may countless people come to possess true faith, always experience the power of God the Creator, and be utilized as vessels of the Holy Spirit and accomplish His providence, in the name of our Lord Jesus Christ I pray!

*Geumsun Vin*
Akulira Ekitongole Ekisunsuzi

# Ebirimu

***Obubaka 1***

Okukkiririza mu Katonda (Abaebulaniya 11:3) · 1

***Obubaka 2***

Okukkiririza mu Mukama (Abaebulaniya 12:1-2) · 25

***Obubaka 3***

Ekibya ekirungi Okusinga e jjinja ery'omuwendo

(2 Timoseewo 2:20-21) · 47

***Obubaka 4***

Ekitangaala (1 Yokaana 1:5) · 67

***Obubaka 5***

Amaanyi g'Ekitangaala (1 Yokaana 1:5) · 85

*Obubaka 6*

Amaaso g'Abazibe gajja Kulaba (Yokaana 9:32-33) · 117

*Obubaka 7*

Abantu bajja Kusituka, Babuuke, n'Okutambula
(Makko 2:3-12) · 135

*Obubaka 8*

Abantu bajja Kujaganya, Kuzina, era Bayimbe
(Makko 7:31-37) · 157

*Obubaka 9*

Obugabirizi bwa Katonda Obutaggwaawo
(Eky'amateeka olw'okubiri 26:16-19) · 179

*Obubaka 1*
# Okukkiririza mu Katonda

## Abaebulaniya 11:3

*Olw'okukkiriza tutegeera ng'ebintu byonna byakolebwa kigambo kya Katonda, era ekirabika kyekyava kirema okukolebwa okuva mu birabika*

Okuva olukung'ana olw'enjawulo olwasooka olw'okuwonyezebwa olumala ssabiiti ebbiri buli mwaka lubaawo mu gw'okutaano gwa 1993, abantu abatabalika bazze beerabirako ku maanyi ag'eyongera bulijjo n'emirimu gya Katonda, nga n'endwadde ezitayinza kuwonyezebwa ddagala ziwona n'ebizibu ebitayinza kumalibwaawo saayansi nga bivaawo. Emyaka kkumi na musanvu egiyise, nga bwe tulaba mu Makko 16:20, Katonda akakasizza ekigambo Kye n'obubonero obukigoberera.

Okuyita mu bubaka obw'ebuziba ennyo ku kukkiriza, obutuukirivu, omubiri n'omwoyo, obulungi n'ekitangaala, okwagala, n'ebiringa ebyo, Katonda atute ba memba ba Manmin bangi mu buziba bw'ensi ey'omwoyo. Era, mu buli lukung'ana Olw'okuwonyezebwa, Katonda atusobozesa okulaba amaanyi Ge mu buliwo ne lusobola okufuuka Olukung'ana-Olw'okuwonyezebwa olumanyiddwa era olw'ogerwako.

Yesu atugamba mu Makko 9:23, "Oba ng'oyinza!' byonna biyinzika eri akkiriza." N'olwekyo, bwe tubeera n'okukkiriza okutuufu, tewali kitulema era tujja kufuna buli kye tusaba.

Olwo, tulina kukkiriza ki era tulina kukikkiriza tutya? Bwe tuba tetumanyi n'okukkiriza Katonda mu ngeri entuufu, twandibadde tetusobola kulaba maanyi Ge era kyandibadde kizibu okufuna eby'okuddamu okuva Gyali. Eyo yensonga lwaki okutegeera n'okukkiriza mu ngeri entuufu kye kisingirayo ddala obukulu.

### Katonda Y'ani?

Ekisooka, Katonda ye muwandiisi w'ebitabo enkaaga mw'omukaaga eby'omu Baibuli. 2 Timoseewo 3:16 watujjukiza nti "Buli ekyawandiikibwa kirina okulung'amya kwa Katonda." Baibuli erina ebitabo nkaaga mu mukaaga era nga kiteberezebwa nti yawandiikibwa abantu asatu mu bana ab'enjawulo okumala ekiseera kya myaka nga 1,600. Kyokka, ekisinga okunyuma ku buli kitabo kya Baibuli kwe kuba nti, wadde byawandiikibwa abantu ab'enjawulo emyaka mingi egiyiseewo, okuva ku ntandikwa okutuuka gy'eggwera bikwatagana bulungi ne binaabyo. Kwe kugamba, Baibuli kye kigambo kya Katonda ekyawandiikibwa abantu ab'enjawulo abaali balung'amizibwa Be yalaba nga basaanidde mu biseera bye byafaayo eby'enjawulo, era okuyita mu yo Yeeraga. Yensonga lwaki abo abagondera ekigambo ky'omu Baibuli era ne bakitambuliramu basobola okufuna eby'amagero n'ekisa bye Yasuubiza.

Ekiddako, Katonda ye "Ninga bwe Ndi " (Okuva 3:14). Ekitali ku bakatonda balala abaakolebwa okuva mu bufaananyi obukubibwa abantu oba ababajiddwa mu mikono gy'omuntu, Katonda waffe ye Katonda omutuufu oyo eyabaawo ng'ebiro tebinnabaawo era ataliggwaawo. Era, tusobola okunnyonyola Katonda nti Ye kwagala (1 Yokaana 4:16), Kitangaala (1 Yokaana 1:5), nti ye mulamuzi w'ebintu byonna ku nkomerero y'ensi.

Kyokka, okusinga ekirala kyonna, tulina okujjukira nti Katonda, n'amaanyi Ge ag'ewunyisa, Yeeyatonda ebintu byonna eby'omu ggulu ne ku nsi. Ye Katonda Ayinza byonna oyo azze alaga amaanyi Ge ag'ewunyisa okuva olubereberye mu Kutonda okutuuka leero.

## Omutonzi w'Ebintu Byonna

Mu Lubereberye 1:1, tusanga nti "Olubereberye Katonda yatonda eggulu n'ensi." Abaebulaniya 11:3 watugamba, "Olw'okukkiriza tutegeera ng'ebintu byonna byakolebwa kigambo kya Katonda, era ekirabika kyekyava kirema okukolebwa okuva mu birabika."

Awataali kintu kyonna olubereberye, olw'amaanyi ga

Katonda, buli kimu mu nsi kyatondebwa. Olw'amaanyi Ge, Katonda yatonda enjuba n'omwezi mu bbanga, ebimera n'emiti, ebinyonyi n'ensolo, eby'ennyanja mu nnyaja n'omuntu.

Wadde kino kiri bwe kityo, abantu bangi balemereddwa okukkiririza mu Katonda Omutonzi kubanga endowooza y'obutonzi ekontana nnyo n'amagezi oba ebyo bye bayiseemu ne bye balina mu nsi. Okugeza, mu mitima gy'abantu ng'abo, tekisoboka ebintu byonna mu nsi okuba nga byatondebwa okuva mu kulagira kwa Katonda awataali kintu kyonna.

Eno yensonga lwaki enjigiriza ya evolusoni yagunjibwawo. Abakkiririza mu njigiriza ya evolusoni bagamba nti ebintu byonna ebirina obulamu bijja ku nsi lwa mukisa, nga bifuuka kye biri ku lwabyo, era n'ebitandika okwala. Abantu bwe baba nga basobola okuwakanya okutonda kwa Katonda n'entegeera ey'ekika ekyo, tebasobola kukkiririza mu birala byonna ebiri mu Baibuli. Tebasobola kukkiririza mu kubuulira kw'okubeerawo kw'eggulu ne ggeyeena kubanga tebabeerangayo, ne mu kukkiririza mu Mwana wa Katonda eyazaalibwa n'afuuka omuntu, n'afa, n'azuukira era n'agenda mu ggulu.

Wabula, tusanga nga saayansi gyakoma okukulaakulana, obuccaamu bwa evolusoni gye bukoma okwolesebwa kyokka ng'eno obutuufu bw'obutonzi gye bweyongera okukakasibwa. Wadde tetufulumya lukalala lw'obukakafu bwa bannasaayansi, eby'okulabirako bingi ddala ebiweera obutonzi obujulizi.

## Obukakafu Bwe Tusobola Okweyambisa Okukkiririza mu Katonda Omutonzi

Eky'okulabirako ki kino. Waliwo ensi ezissuka mu bibiri n'amawanga ag'enjawulo agassukawo. Kyokka, ne bwe baba beeru, baddugavu, oba bakyenvu, buli omu ku bo alina amaaso abiri. Buli omu ku bo alina amatu abiri, ennyindo emu ng'eriko obutuli bubiri. Enkula eno tetuukira ku bantu bokka wabula n'eri ebisolo eby'omu ttaka, ebinnyonyi eby'omu bbanga, n'ebyenyanja eby'omu nnyanja. Wadde ennyindo y'enjovu nnene era mpanvu, ekyo tekitegeeza nti erina obutuli obussuka mu bubiri. Buli muntu, ensolo, ekinyonyi, n'ekyenyanja biba n'omumwa gumu, era ekifo omumwa wegubeera wonna wafanagana. Waliwo enjawulo ntono ddala bwe tuba twogera ku kifo awabeera ebitundu eby'enjawulo mu bitonde eby'enjawulo, naye ebitundu ebisinga enkula yabyo ne we bibeera tebyawukana.

Bino byonna byandiyinzizza bitya okubeerawo "lwa mukisa"?

Buno bukakafu obutuukiridde nti Omutonzi ali omu yeyatonda abantu, ebisolo, ebinyonyi, n'ebyenyanja. Singa waaliyo omutonzi assuka mw'omu, endabika n'enkula y'ebitonde ebirina obulamu yandibadde yanjawulo okusinziira ku bungi n'okwagala kw'abatonzi. Wabula, olw'okuba Katonda waffe ye Mutonzi yekka, ebitonde byonna ebirina obulamu byatondebwa okusinziira mu kuwundibwa kwe kumu.

Era, tusobola okusanga obukakafu obutabalika obulala mu bitonde n'ensi yonna, nga bwonna butuleetera okukkiriza nti Katonda yeeyatonda buli kimu. Nga Abaruumi 1:20 bwe watugamba, "Kubanga ebibye ebitalabika okuva ku kutonda ensi birabikira ddala nga bitegeererwa ku bitonde, obuyinza bwe obutaggwaawo n'obwakatonda bwe: babeere nga tebalina kya kuwoza," Katonda yawunda era n'akola ebintu byonna amazima g'okubeerawo Kwe gabeera nga tegasobola kwegaanibwa oba okuwakanyizibwa.

Mu Kaabakuuku 2:18-19, Katonda atugamba, "Ekifaananyi ekyole kigasa ki, omukozi waakyo n'okwola n'akyola; ekifaananyi ekisaanuuse n'omuyigiriza w'eby'obulimba bigasa ki, omukozi w'omulimu gwe n'okwesiga n'akyesiga, okukola essanamu ensiru. Zimusanze oyo agamba omuti nti Zuukuka; agamba ejjinja essiru nti Golokoka! Kino kinaayigiriza? Laba, kibikkiddwako

zaabu ne ffeeza, so tewali mukka n'akamu kokka wakati mu kyo."
Bw'aba ng'omu ku mmwe yali aweerezaako oba okukkiririza mu bifaananyi nga tamanyi Katonda, olina okwenenyeza ddala ebibi byo nga oyuzayuza omutima gwo.

## Obukakafu mu Baibuli bwe tuyinza okukozesa okukkiririza ddala mu Katonda Omutonzi

Wakyaliyo abantu bangi abalemereddwa okukkiririza mu Katonda wadde ng'obukakafu obubeetolodde buwera. Yensonga lwaki, ng'alaga amaanyi Ge, Katonda atulaze obukakafu obuviirayo ddala obulungi era obuteegaanika obw'okubeerayo Kwe. N'ebyamagero ebitasobola kukolebwa bantu, Katonda akkiriza abantu okukkiriza mu kubeerayo Kwe n'emirimu egy'ewunyisa.

Mu Baibuli, mulimu ebintu bingi ebinyuma amaanyi ga Katonda mwe gaalabisibwa. Ennyanja Emyufu bwe yayawulwamu emirundi ebiri, enjuba bwe yayimirira n'etatambula oba bwe yadda emabega, n'omuliro okuva mu ggulu bwe gwakka. Amazzi agakaawa mu ddungu bwe gafuuka agawooma, era agasobola okunyweebwa okuva mu jjinja eryakubwako omuggo n'erivaamu amazzi. Abafu nga bazuukizibwa, endwadde nga ziwonyezebwa, n'entalo ze baali bawanguddwa baamala ne baziwangula.

Abantu bwe bakkiririza mu Katonda Ayinza byonna era ne bamusaba, basobola okulaba emirimu egitasobola kulowoozebwako egy'amaanyi Ge. Yensonga lwaki Katonda yawandiika mu Baibuli embeera nnyingi nga muzo amaanyi Ge gaalabisibwa era atuwa omukisa okukkiriza.

Kyokka, emirimu egy'amaanyi Ge tegiri mu Baibuli mwokka. Olw'amaanyi ga Katonda agatakyukakyuka, okuyita mu bubonero obutabalika, n'ebyewunyo n'emirimu Gye, Alaga amanyi Ge okuyita mu bakkiriza abatuufu mu nsi yonna olwaleero; Bwatyo bwe Yatusuubiza. Mu Makko 9:23, Yesu addamu okutukakasa, "Oba ng'oyinza!' byonna biyinzika eri akkiriza." Mu Makko 16:17-18, Mukama waffe atujjukiza nti, "Obubonero buno bunaagendanga n'abo abakkiriza: banaagobanga emizimu mu linnya lyange: banaayogeranga ennimi empya: banaakwatanga ku misota, bwe banaanywanga ekintu ekitta, tekibakolenga kabin'akatono ; banassangako emikono abalwadde, n'abo banaawonanga."

*"Nga Nnasiima nnyo*
*Bwe wawonya obulamu bwange...*
*Nnalowooza nti nnali wakutambulira ku miggo*
*obulamu bwange bwonna...*

*Kati nsobola okutambula...*
*Taata, Kitange nkwebaza!*

## Amaanyi ga Katonda Galagibwa mu Kanisa ya Mamin Enkulu

Ekanisa gye nkolamu ng'omusumba omukulu, eya Manmin Enkulu, ezze eraga emirimu egy'amaanyi ga Katonda Omutonzi nga bw'efuba okusaasaanya enjiri okutuuka ku nkomerero y'ensi. Okuva lwe yatandikibwaawo mu 1982 okutuuka leero, Manmin ekulembeddemu abantu abatabalika eri ekkubo ery'obulokozi n'amaanyi ga Katonda Omutonzi. Omulimu ogutayinza kubuusika maaso ogw'amaanyi Ge kwe kuwonya endwadde n'obunafu. Abantu bangi ababa balina endwadde "ezitawona" omuli kansa, akafuba, okusanyalala, ekizibu ku bwongo, ania, obulumi mu nnyingo, kansa w'omu musaayi, n'eziringa ezo ziwonyezeddwa. Emizimu gigobeddwa mu bantu, abalema ne bayimuka era ne batandika okutambula n'okudduka, era abo ababadde bakozimbye olw'obubenje obutali bumu ne batereera. Okwongereza kw'ekyo, ng'abakamala okusabirwa bwe bati, abantu abaali babonyebonye n'ebiwundu by'omuliro baawonyezebwa ne batasigala na nkovu zitiisa. Abalala abaalina omubiri gwabwe ogwali gukakanyadde n'abo abaali batakyategeera olw'obwongo bwabwe okufuna ekizibu oba omukka ogw'obutwa nga gubayingidde badda engulu era ne bawonerawo essaawa eyo. Era abalala abaali balekedde awo

"Njayaana okutuuka ku mabbali go,
Taata, naye kiki ekinaatuuka ku baagali
nga ng'enze?
Mukama, bw'ompa obulamu obuggy
Njakubukukwasa Ggwe..."

Omukadde Moonki Kim,
eyali azirise
Olw'obwongo okufuna ekizibu,
adda engulu era n'ayimuka oluvanyuma lwa
Dr. Jaerock Lee okumusabira

okussa, baalamuka oluvanyuma lw'okusabirwa.

Abalala bangi, abaali balemereddwa okufuna abaana oluvanyuma lw'emyaka ettaano, musanvu, kkumi, n'emyaka amakumi abiri nga bali mu bufumbo, bafunye omukisa ogw'okuba olubuto oluvanyuma lw'okusabirwa. Abantu abatabalika abaali tebawulira, tebalaba n'okwogera basobodde okubifuna era ne bagulumiza Katonda bwe baasabirwa ne bawona.

Wadde sayaansi n'eddagala ezzungu bikulaakulanye nnyo mwaka ku mwaka, kyasa ku kyasa, emisuwa egifudde tegisobola kuddizibwaawo n'obuzibe obuzaale oba obuggavu bw'amatu tebusobola kuwonyezebwa. Wabula, Katonda Ayinza byonna asobola okukola ekintu kyonna, nga bwatonda ekintu nga takiggye mu kirala.

Nze kennyini neerabira ku maanyi ga Katonda Omuyinza wa byonna. Nnabeera ku mugo gw'entaana okumala emyaka musanvu bwe nnali nga sinnamukkiriza. Nnali muyi mu buli kitundu ky'omubiri gwange, okujjako amaaso gange abiri, era nga bankazaako lya "edduuka ly'endwadde." N'agezaako eddagala ly'e Buva-njba n'eryo ery'e Bugwa-njuba wabula yonna naviirayo awo ery'abagenge, buli kika ky'eddagala ery'omuddo, obutaago bw'emisege n'obw'embwa, amagongolo, n'amazzi agava mu bubi. Nnagezaako buli kimu mu myaka egyo omusanvu egy'okubonaabona, naye saawona. Bwe nnali nga mpeddemu essuubi lyonna mu kiseera ky'omusana mu mwaka gwa 1974, nnafuna ekyo ekitakkirizika. Bwe nnasisinkana Katonda bwe nti, Yamponya endwadde zonna n'obunafu ebyali binnuma. Era okuva olwo, Katonda azze ankuuma era sirwalangako kiri awo. Wadde olumu ng'enda ne seewulira bulungi mu bitundu ebimu eby'omubiri gwange, bwe mmala okusaba n'okukkiriza mponyezebwaawo.

Ng'ogyeko nze n'amaka gange, nkimanyi nti ba memba ba Manmin bangi bakkiririza mu Katonda Ayinza Byonna n'omutima gwabwe gwonna era n'olwekyo, bulijjo tebatera kulwala era tebeesigama ku ddagala. Mu kwebaza okusaasira kwa Katonda Awonya kw'andaze, abantu bonna abaatereera kati bali mu kuweereza nga abaweereza ba Katonda abeesigwa, abakadde, ba dinkoni abasajja n'abakazi, oba abakozi.

Amaanyi ga Katonda tegaliiko kkomo mu kuwonya endwadde n'obunafu. Okuva ekanisa lwe yatandikibwa mu 1982, ba memba ba Manmin bangi beerabidde ku bintu bingi ebibaddewo nga biva mu kusaba okujjudde okukkiririza mu maanyi ga Katonda, embeera y'obudde n'efugibwa, enkuba ebadde ey'amaanyi n'ekya, ba memba ba Manmin ne babikibwako ekire mu kasana ppereketya, n'omuyaga ogw'amaanyi ne gukakkana oba ne gukyusa ekkubo lyagwo. Okugeza, buli mwezi gwa musanvu n'omunaana ekanisa ebeerako weeraga. Ebintu bya South Korea byonna be bwe bikosebwa omuyaga n'amataba, ebifo n'ebitundu by'eggwanga ekanisa w'ebeera eraze tewakosebwa nkuba wadde ebigwa bitalaze ebirala. Ba memba ba Manmin abawera n'abo balaba nnyo musoke, ne mu nnaku ng'enkuba tennatonnyako.

Waliwo n'embeera ezisingako awo omweyolekera amaanyi ga Katonda ez'ewuunyisa. Emirimu gy'amaanyi Ge gibaawo ne bwe si sabira balwadde butereevu. Abantu abatabalika bagulumiza Katonda oluvanyuma lw'okuwonyezebwa n'okufuna emikisa okuyita mu "Kusabira Abalwadde" okw'ekibiina kyonna nga ndi ku kituuti, ne mu "kusaba" okukwatibwa ku katambi, okuva mu bubaka obuyita ku Intaneeti, n'okuyita mu bubaka obukwatiddwa mu masimu.

Era, mu Bikolwa by'abatume 19:11-12 tusanga "Katonda n'akolanga eby'amagero ebitalabwa buli lunaku mu mikono gya Paulo, n'abalwadde ne baleeterwanga ebiremba n'engoye ez'oku mubiri gwe, endwadde ne zibavangako, dayimooni n'abavangako." Mu ngeri y'emu, okuyita mu butambaala bwe mbeera nsabidde, emirimu egy'Amaanyi ga Katonda agy'ewuunyisa giragibwa.

Era, bwe nteeka emikono ku bifaananyi by'abalwadde era n'ensaba, okuwona okussukuluma ku biseera n'ebbanga kutuukawo mu nsi yonna. Eno yensonga lwaki, bwe nteekayo kuluseedi mu mawanga amalala, buli kika kya ndwadde n'obunafu, omuli n'endwadde ya Siriimu N'amutta ziwona embagirawo olw'amaanyi ga Katonda agassukuluma ku budde n'ebbanga.

## Okwerabira ku Maanyi ga Katonda

Olwo kino kitegeeza nti buli muntu yenna akkiririza mu Katonda asobola okulaba emirimu gya Katonda egy'ewunyisa egy'amaanyi Ge era n'afuna okuddibwaamu n'emikisa? Abantu bangi baatula okukkiriza kwabwe mu Katonda, naye si bonna nti balaba amaanyi. Osobola okwerabira ku maanyi Ge singa okukkiriza kwo mu Katonda kulabikira mu bikolwa olwo n'alyoka Agamba nti, "Nkimanyi nti onzikkiririzaamu."

Katonda ajja kutwala eky'omuntu okuba nti awuliriza okubuulira kw'omuntu era n'agenda ku kanisa okusaba "ng'okukkiriza." Wabula, gwe okusobola okufuna okukkiriza okutuufu okukusobozesa okufuna okuwonyezebwa n'okuddibwaamu, olina okuwulira n'okumanya ebikwata ku

Katonda ne Kyali, okumanya lwaki Yesu ye Mulokozi waffe, n'okubeerayo kw'eggulu ne ggeyeena. Bw'otegeera ebintu bino, n'eweenenya ebibi byo, era n'okkiriza Yesu ng'Omulokozi wo, n'ofuna Omwoyo Omutukuvu, ojja kufuna obuyinza obw'okuba omwana wa Katonda. Lino lye ddaala erisooka eri okukkiriza okutuufu.

Abantu abalina okukkiriza okutuufu bajja kulaga ebikolwa ebijulira okukkiriza okw'ekika ekyo. Katonda ajja kulaba ebikolwa by'okukkiriza era addemu okuyaayaana kw'emitima. Abo abalaba emirimu gy'amaanyi Ge balaga obukakafu bw'okukkiriza Gyali era ne bakakasibwa Katonda.

## Okusanyusa Katonda n'Ebikolwa Eby'okukkiriza

Bibiino eby'okulabirako ebitonotono okuva mu Baibuli. Ekisooka, mu 2 Bassekabaka 5 lwe lugero lwa Naamani, omukulu w'eggye lya kabaka w'e Busuuli. Naamani yalaba omulimu gw'amaanyi ga Katonda bwe yamala okulaga ekikolwa eky'okukkiriza kwe ng'agondera Nnabbi Erisa, oyo Katonda mwe yayogerera.

Naamani yali omukulu w'eggye ow'ekitiibwa mu bwakababa bwa Basuuli. Olw'ebigenge bye yalina Naamani yakyalirako

Erisa, eyali agambibwa okukola eby'amagero eby'ewuunyisa. Wabula, omukulu w'eggye ery'amaanyi bw'erityo era omusajja omututumufu nga Naamani bwe yatuuka ewa Erisa ne zaabu we omungi ennyo saako ffeeza, n'ebyambalo, nnabbi yamutumira butumizi mubaka, era n'agamba Naamani, "Genda onaabe mu Yoludaani emirndi musanvu" (olu. 10).

Mu kusooka, Naamani yalabikirawo ng'amunyiivu olw'okuba teyayanirizibwa bulungi ng'omukungu okuva ewa nnabbi. Ekirala, mu kifo kya Erisa okumusabira, Naamani yagambibwa kugenda bugenzi kunaaba mu mugga Yoludaani. Wabula, Naamani yakyusa endowooza ye n'agonda. Wadde ebigambo bya Erisa teyabyagala era tebyakkiriziganya na birowoozo bye, Naamani yamalirira waakiri agezeeko okugondera nnabbi wa Katonda.

Naamani we yennyika mu mugga Yoludaani emirundi omukaaga, tewaaliwo njawulo ekoleddwa ku bigenge bye. Kyokka, Naamani bwe yennyika mu mugga Yoludaani omulundi ogw'omusanvu, omubiri gwe gwaddawo ne gufuuka muyonjo ng'ogw'omwana omuto (olu. 14).

Mu by'omwoyo, "amazzi" kabonero akalaga ekigambo kya Katonda. Eky'okuba nti Naamani yennyika mu mugga Yoludaani kitegeeza olw'Ekigambo Kye, Naamani yagibwako ebibi bye n'afuuka mulongoofu. Era, omuwendo "musanvu" guyimirirawo ku lw'obutuukirivu; eky'okuba nti Naamani yennyika mu Mugga "emirundi musanvu" kitegeeza nti munnamaggye ono yasonyiyibwa ddala.

Kye kimu, ne bwe tuba twagala okufuna okuddibwaamu okuva eri Katonda, tulina okusooka okwennenyeza ddala ebibi byaffe, nga Naamani bwe yakola. Kyokka, okwenenya tekukoma ku kwogera bwogezi nti, "Nneenenyezza. Nkoze bubi." Olina "okuwaayo omutima gwo" (yoweeri 2:13). Era, bwe weenenyeza ddala ebibi byo, olina okusalawo obutaddamu okukola ebibi ebyo bye bimu. Okujjako ng'ekisenge ky'ebibi wakati wo ne Katonda kimenyeddwa, essanyu lwe lisobola okuva munda mu ggwe, ekizibu kyo n'ekigonjoolwa, era n'ofuna okuddibwaamu eri okuyaayaana kw'omutima gwo.

Eky'okubiri, mu 1 Bassekabaka 3 tusanga Kabaka Sulemaani ng'awaayo ssaddaaka ez'okebwa lukumi mu maaso ga Katonda. Okuyita mu ssaddaaka zino, Sulemaani yalaga ebikolwa eby'okukkiriza kwe okusobola okuddibwaamu okuva eri Katonda, era ekyavaamu yafuna okuva eri Katonda si ekyo kye yasaba kyokka, wabula n'ebyo bye yali tasabye.

Sulemaani okuwaayo ssaddaaka ez'okebwa olukumi, kyali kyetaaga okwewaayo okw'amaanyi. Kubanga buli ssaddaaka, kabaka yali alina okukwata ensolo n'okuzitegeka. Weewuunye obudde bwenkana ki, amaanyi ne ssente ebiyinza okuba nga byagenda mu kuwa ssaaddaaka ng'eyo emirundi lukumi? Ekika ky'okwewaayo Sulemaani kye yalaga tekyandisobose singa kabaka yali takkiririza mu Katonda omulamu.

Bwe Yalaba okwewaayo kwa Sulemaani, Katonda teyakoma ku kumuwa magezi gokka, kabaka ge yali asabye mu kusooka, wabula n'obugagga n'ekitiibwa – obutabangawo mu bakabaka n'omu akumwenkana ennaku ze zonna.

Ekisembayo, mu Matayo 15 mulimu olugero lw'omukazi omukanani eyalina muwala we eyali alwadde ennyo dayimooni. N'ajja mu maaso ga Yesu n'omutima omuwoombeefu era ogutakyukakyuka, n'asaba Yesu awonyezebwe, n'afuna okuyaayaana kw'omutima gwe ku nkomerero. Wabula, wadde omukyala yasooka ne yeegayirira nnyo, Yesu teyasooka kumuddamu nti, "Kale kibe bwe kityo, muwala wo awonyezeddwa." Wabula Yasooka kumugamba nti, "Si kirungi okuddira emmere y'abaana n'okugisuulira obubwa." (olu. 26). Omukazi yamugeraageranya na mbwa. Singa omukazi teyalina kukkiriza, yandiswadde nnyo oba okunyiiga ennyo. Kyokka olw'okuba omukazi ono yalina okukkiriza okwamuwa obukakafu ku kuddibwaamu kwa Yesu, era teyaggwaamu maanyi wadde okuwulira obubi. Wabula yeeyongera kwenyweza ku Yesu nga bwayongera okwewoombeeka. "Weewaawo, Mukama wange," omukazi bwatyo bwe yaddamu Yesu nti, "kubanga n'obubwa bulya obukunkumuka obugwa okuva ku mmeeza ya bakama baabwo." Olwebyo, Yesu yeewunya nnyo okukkiriza kw'omukazi ono era amangu ddala n'awonya muwala we eyali asumbuyibwa dayimooni.

Mu ngeri y'emu, bwe tuba twagala okufuna okuwonyezebwa n'okuddibwaamu, tulina okulaga okukkiriza kwaffe okutuuka ku nkomerero. Era, bw'obeera n'okukkiriza okukuweesa eby'okuddamu Kwe, Olina okwereeta wenna mu maaso ga Katonda.

Kale, olw'okuba amaanyi ga Katonda galagibwa mu ngeri ey'amaanyi mu kanisa ya Manmin Enkulu, wasobola okubaawo okuwonyezebwa n'akatambaala k'embeera nsabidde oba ebifaananyi by'ensabira. Wabula, okujjako ng'omuntu omulwadde ali bubi nnyo, oba ng'ali bweru wa ggwanga, omuntu yennyini alina okwegira mu maaso ga Katonda. Omuntu asobola okulaba amaanyi ga Katonda ng'amaze kuwulira kigambo Kye n'okufuna okukkiriza. Era, singa omuntu abeera n'ekizibu ku bwongo oba ng'alina dayimooni nga n'olwekyo tasobola kujja mu maaso ga Katonda olw'okukkiriza kwe Ye, awo ng'omukyala omukanani, bazadde be oba ab'omu maka ge balina okujja mu maaso ga Katonda ku lulwe n'okwagala saako okukkiriza.

Okwongereza kw'ebyo, waliwo obukakafu bw'okukkiriza

obulala bungi. Okugeza, mu maaso g'omuntu alina okukkiriza okusobola okumufunyisa eby'okuddamu, essanyu n'okwebaza biba byeraga lwatu. Mu Makko 11:24, Yesu atugamba, "Kyenva mbagamba nti Ebigambo byonna byonna bye musaba n'okwegayirira, mukkirizenga mubiweereddwa, era muli bifuna." Bw'obeera n'okukkiriza okutuufu, obeera musanyufu era nga weebaza ekiseera kyonna. Okwongereza kw'ebyo, bw'oyatula nti okkiririza mu Katonda, ojja kugonda era otambulire mu kigambo Kye. Olw'okuba Katonda kitangaala, ojja kufuba okutambulira mu kitangaala era okyuke.

Katonda yeenyumiriza mu bikolwa byaffe eby'okukkiriza era n'addamu okuyaayaana kw'emitima gyaffe. Gwe olina ekika n'ekipimo ky'okukkiriza ekyo Katonda ky'anaasiima?

Mu Abaebulaniya 11:6 tujjukizibwa nti, "Era awataba kukkiriza tekiyinzika kusiimibwa; kubanga ajja eri Katonda kimugwanira okukkiriza nga Katonda waali, era nga ye mugabi w'empeera eri abo abamunoonya."

Nga otegeera bulungi kye kitegeeza okukkiririza mu Katonda era n'olaga okukkiriza kwo, buli omu ku mmwe k'amusanyuse, alabe amaanyi Ge, era otambulire mu bulamu obw'emikisa, mu linnya lya Mukama waffe Yesu Kristo nsabye!

*Obubaka 2*
# Okukkiririza mu Mukama

## Abaebulaniya 12:1-2

*Kale naffe, bwe tulina olufu lw'abajulirwa olw'enkana awo olutwetoolodde, twambulenga buli ekizitowa n'ekibi ekyagatta naffe, tuddukanenga n'okugumiikiriza okuwakana okuteekeddwa mu maaso gaffe, nga tutunuulira Yesu yekka omukulu w'okukkiriza kwaffe era omutuukiriza waakwo, olw'essanyu eryateekebwa mu maaso ge eyagumiikiriza omusalaba, ng'anyooma ensonyi, n'atuula ku mukono ogwa ddyo ogw'entebe ya Katonda*

Abantu bangi olwa leero bawulidde erinnya "Yesu Kristo." Wabula omuwendo gw'abantu ogw'ewuunyisa, tebamanyi lwaki Yesu ye Mulokozi w'abantu yekka oba lwaki tufuna obulokozi nga tumaze kukkiririza mu Yesu Kristo. Ekisinga n'obubi, waliwo Abakristaayo abatasobola kuddamu bibuuzo ebyo waggulu, wadde nga bakwatagana butereevu n'obulokozi. Kino kitegeeza nti Abakristaayo bano obulamu bwabwe babutambuliza mu Kristo nga tebamanyi makulu ga mwoyo ag'ebibuuzo ebyo.

N'olwekyo, okujjako nga tumanyi mu butuufu era n'okutegeera lwaki Yesu ye Mulokozi waffe yekka era n'aki kye kitegeeza okukkiriza n'okumukkiririzaamu, ne twatula okukkiriza okutuufu, lwe tusobola okufuna amaanyi ga Katonda.

Abantu abamu bamala gatwala Yesu ng'omu ku batukuvu ab'amaanyi abana. Abalala bamulowoozaako ng'omutandisi w'Obukristaayo, oba omusajja omugabi era asonyiwa abantu Be eyakola obulungi obwereere mu biseera Bye eby'obulamu.

Wabula, abamu ku ffe abafuuse abaana ba Katonda tuba tusobola okwatula nti Yesu ye Mulokozi w'abantu oyo eyanunula abantu okuva mu bibi byabwe. Kale tuyinza tutya okugeraageranya Omwana wa Katonda Yekka, Yesu Kristo, n'abantu, ebitonde obutonde? Ne mu biseera bya Yesu, tusanga nga waaliwo ebintu eby'enjawulo abantu bye baalowoolezanga Yesu okuba.

## Omwana wa Katonda Omutonzi, omulokozi

Mu Matayo 16 tulina wetusanga nga Yesu abuuza abayigirizwa Be, "Omwana w'Omuntu abantu bamuyita batya?" (olu. 13) Nga boogera ebintu abantu bye bayita Yesu, abayigirizwa baddamu bwe bati, "Abalala bamuyita Yokaana Omubatiza; abalala nti Eriya; abalala nti Yeremiya oba omu ku bannabbi" (olu. 14). Awo Yesu n'abuuza abayigirizwa Be, "Naye mmwe mumpita mutya?" (olu.15) Peetero n'addamu, "Ggwe Kristo, Omwana wa Katonda Omulamu" (olu. 16), Yesu kino yakisiima era n'amugamba nti, "Olina omukisa, Simooni Ba-Yona: kubanga omubiri n'omusaayi tebyakubikkulira ekyo, wabula Kitange ali mu ggulu." (olu. 17). Okuyita mu mirimu egy'amaanyi ga Katonda egitabalika Yesu gye yalaga, Peetero yali akakasa nti Ye yali Omwana wa Katonda Omutonzi era Kristo, Omulokozi w'abantu.

Olubereberye, Katonda yatonda omuntu okuva mu nfuufu

mu kifaananyi kye Ye, era n'amutwala mu Lusuku Adeni. Mu lusuku omwali omuti ogw'obulamu n'omuti ogw'okumanya obulungi n'obubi, era Katonda n'alagira omusajja eyasooka Adamu, "Buli muti ogw'omu lusuku olyangako nga bwonooyagalanga; naye omuti ogw'okumanya obulungi n'obubi togulyangako; kubanga olunaku lw'oligulyako tolirema kufa" (Olubereberye 2:16-17).

Ng'ekiseera kiwanvu kiyiseewo, omusajja n'omukazi abaasooka Adamu ne Kaawa baakemebwa omusota, ogwali gusindikirizibwa Setaani, era ne bajeemera ekiragiro kya Katonda. Ku nkomerero, ne balya ku muti ogwa bagaanibwa ogw'okumanya obulungi n'obubi era ne bagobebwa okuva mu lusuku Adeni. Eky'ava mu kikolwa kyabwe ekyo, ezzadde lya Adamu ne Kaawa ne basikira embala yaabwe ey'ekibi. Era, nga Katonda bwe yali agambye Adamu nti tebalirema kufa, emyoyo gy'ezzadde lye lyonna ne gitwalibwa eri okufa okw'olubeerera.

N'olwekyo, ng'ebiro tebinnabaawo, Katonda yategeka ekkubo ery'obulokozi, Omwana wa Katonda Omutonzi Yesu Kristo. Nga ebikolwa by'abatume 4:12 watugamba, "So tewali mu mulala bulokozi kubanga tewali na linnya ddala wansi w'eggulu ery'aweebwa abantu eritugwanira okutulokola," okujjako Yesu Kristo, tewali mulala yenna mu byafaayo alina ebisaanyizo okubeera Omulokozi w'abantu.

## Enteekateeka ya Katonda eyo Eyakwekebwa ng'Ebiro Tebinnabaawo

1 Bakkolinso 2:6-7 watugamba, "Naye amagezi tugoogera mu abo abatuukirira: naye amagezi agatali ga mu mirembe gino era agatali ga bakulu ab'omu mirembe gino, abaggwaawo: naye twogera amagezi ga Katonda mu kyama, gali agakisibwa, Katonda ge yalagira edda ensi nga tezinnabaawo olw'ekitiibwa kyaffe; abakulu bonna ab'omu mirembe gino ge batategeera." 1 Bakkolinso 2:8-9 w'ongera ne watujjukiza, "Kuba singa baagategeera, tebandikomeredde Mukama wa kitiibwa: naye nga bwe kyawandiikibwa nti, 'Eriiso bye litalabangako, n'okutu bye kutawuliranga, N'ebitayingiranga mu mutima gwa muntu, Byonna Katonda bye yategekera abamwagala.'" Tulina okukitegeera nti ekkubo ery'obulokozi Katonda lye yategekera abantu ng'emirembe teginnabaawo lye kkubo ery'omusalaba ogwa Yesu Kristo, era gano ge magezi ga Katonda agakisibwa.

Ng'omutonzi, Katonda bulijjo afuga buli kintu mu nsi era n'afuga ebyafaayo by'omuntu. Kabaka oba omukulembeze w'eggwanga nga bwafuga ensi ye okusinziira ku mateeka g'ensi eyo; omukulembeze ow'oku ntiko ow'ekitongole ye kalabaalaba w'ekitongole okusinziira ku nkola z'ekitongole; era ssemaka yalabirira abantu be okusinziira ku biragiro by'omu maka ago. Mu ngeri y'emu, wadde Katonda ye nannyini bintu byonna mu nsi, Buli kimu akifuga okusinziira ku mateeka ag'omu nsi ey'omwoyo nga bwe kisangibwa mu Baibuli.

Okusinziira ku mateeka ag'ensi ey'omwoyo, waliwo etteeka, "Empeera y'ekibi kufa" (Abaruumi 6:23), eryo eribonereza begusinga, era waliyo n'etteeka erisobola okutununula mu bibi byaffe. Eyo yensonga lwaki Katonda yakozesa etteeka lino okutununula okuva mu bibi byaffe okusobola okukomyawo obuyinza obwali butwaliddwa omulabe setaani olw'obujeemu bwa Adamu.

Etteeka lyali ki eryali lirina okununula omuntu n'okuzzaawo obuyinza bw'omuntu eyasooka Adamu obwali butwaliddwa omulabe Setaani? Okusinziira ku "tteeka ery'okununula ettaka," Katonda yategeka ekkubo ery'obulokozi bw'omuntu ng'emirembe teginnabaawo.

## Yesu Kristo Yalina Ebisaanyizo okusinziira ku Tteeka ery'okununula Ettaka

Katonda y'awa aba Isiraeri "etteeka ly'okununula ettaka," nga lyali liragira bino wammanga: ettaka lyali si lyakutundibwa lubeerera; era, omuntu bwayavuwala n'atunda ettaka lye, ow'oluganda we asinga okumuba kulusegere oba omuntu yennyini yalina okulinunula. Bwatyo n'akomyawo obwa nannyini ku ttaka (Eby'abaleevi 25:23-28).

Katonda yamanyirawo nti Adamu yali wakufiirwa obuyinza bwe yali afunye okuva ewa Katonda ne butwalibwa Setaani olw'obujeemu bwe. Era, nga nnyini bintu byonna mu nsi omutuufu, Katonda yawaayo obuyinza n'ekitiibwa Adamu bye yali alina, nga bwe kyali kiragira mu tteeka ery'ensi ey'omwoyo. Eyo yensonga lwaki omulabe Setaani bwe yakema Yesu mu Lukka 4 ng'amulaga obwakabaka bwonna obw'omu nsi, yali asobola okumugamba Yesu nti, "Nnaakuwa ggwe obuyinza buno bwonna, n'ekitiibwa kyamu; kubanga nnaweebwa nze era ngabira buli gwe njagala." (Lukka 4:6-7).

Okusinziira ku tteeka ery'okununula ettaka, ettaka lyonna lya Katonda. N'olwekyo, omuntu tasobola kulitundu lubeerera era omuntu alina ebisaanyizo ebituufu bw'alabika, ettaka eryatundibwa lirina okuddizibwa omuntu oyo. Mu ngeri y'emu, ebintu byonna mu nsi bya Katonda, n'olwekyo Adamu yali tayinza "kubutunda" olubeerera, wadde omulabe setaani okubufuula obubwe olubeerera. N'olwekyo, omuntu eyali asobola okununula obuyinza Adamu bwe yafiirwa bwe yalabika, omulabe setaani yali takyalina kya kukola okujjako okuwaayo obuyinza bwe yali aggye ku Adamu.

Ng'emirembe teginnabaawo, Katonda omwenkanya yateekateeka omusajja ataaliko bbala lyonna oyo asaanidde okusinziira ku tteeka ly'okununula ettaka, era ekkubo ery'obulokozi bw'omuntu ye Yesu Kristo.

Olwo, okusinziira ku tteeka ly'okununula ettaka, Yesu Kristo ayinza atya okuzzaawo obuyinza obwali bwakwasibwa omulabe setaani? Okutuuka Yesu lwe yatuukiriza ebisaanyizo ebyo ebina, lwe yasobola okununula abantu bonna okuva mu bibi byabwe era n'azzaawo obuyinza obwali bwakwasibwa omulabe setaani.

***Ekisooka, omununuzi alina kubeera muntu, Muganda wa Adamu "asinga okumuba okumpi."***

Eby'abaleevi 25:25 watugamba, "Muganda wo bw'aba ng'ayavuwadde, n'atunda ku butaka bwe, kale muganda we asinga okumuba okumpi mu luganda anajjanga, n'anunula ekyo muganda we ky'atunze." Olw'okuba "ow'oluganda asinga okumuba okumpi" yali asobola okununula ettaka, okusobola okukomyawo obuyinza Adamu bwe yali afiiriddwa, "ow'oluganda ow'okumpi" oyo alina kubeera muntu. 1 Abakkolinso 15:21-22 wasoma, "Kubanga okufa bwe kwabaawo ku bw'omuntu, era n'okuzuukira kw'abafa kwabaawo ku bwa muntu. Kuba bonna nga bwe baafiira mu Adamu, era bwe batyo mu Kristo bonna mwe balifuukira abalamu." Kwe kugamba, nga okufa bwe kwayingira nga kuyita mu bujeemu bw'omuntu omu, okuzuukira kw'emyoyo emifu kuteeka okutuukirizibwa okuyita mu muntu omu.

Yesu Kristo ye "Kigambo [ekyo] ekyafuuka omuntu" n'ajja ku nsi (Yokaana 1:14). Ye Mwana wa Katonda, eyazaalibwa mu buntu obwalimu byombi obwa katonda n'ekikula ky'omuntu. Era, okuzaalibwa kwe kwa byafaayo era waliwo obukakafu bungi obukakasa kino. Ekisinga okumanyika ennyo, kwe kuba nti eby'afaayo by'omuntu by'ogerwako nga bakozesa "B.C." oba "Nga Kristo tannazaalibwa," ne "A.D." oba "Anno Domini" nga kino kiri mu lu Latini, ekitegeeza nti "mu mwaka gwa Mukama waffe."

Olw'okuba Yesu Kristo yayingira mu nsi mu mubiri, Ye "w'oluganda asinga okuba okumpi" owa Adamu era atuukiriza ekisaanyizo ekisooka.

**Eky'okubiri, omununuzi talina kuba ng'ava mu zzadde lya Adamu.**

Omuntu okusobola okununula abalala mu bibi byabwe, talina kuba nga naye mwonoonyi. Ezzadde lya Adamu lyonna, nga ye yennyini yafuuka omwonoonyi olw'obujeemu bwe, ly'onoonyi. N'olwekyo, okusinziira ku tteeka ery'okununula ettaka, omununuzi talina kubeera ng'ava mu zzadde lya Adamu.

Mu Kubikkulirwa 5:1-3 mwe tusanga bino:

Ne ndaba mu mukono ogwa ddyo ogw'oyo eyali atudde ku ntebe ekitabo ekiwandiikiddwa munda ne kungulu, ekisibiddwa ennyo obubonero omusanvu. Ne ndaba malayika ow'amaanyi ng'abuulira n'eddoboozi ddene nti Ani asaanidde okwanjuluza ekitabo n'okubembula obubonero bwakyo omusanvu? Ne watabaawo mu ggulu newakubadde ku nsi newakubadde wansi w'ensi , eyayinza okwanjuluza ekitabo, newakubadde okukitunuulira.

Wano, ekitabo "ekisibiddwa ennyo obubonero omusanvu " kitegeeza endagaano eyaliwo wakati wa Katonda ne setaani oluvanyuma lw'obujeemu bwa Adamu, era oyo eyali "asobola okwanjuluza ekitabo n'okumenya obubonero obukisibye" alina okuba ng'asaanidde okusinziira ku tteeka ery'okununula ettaka. Omutume Yokaana bwe yeetoolooza amaaso okulaba asobola okwanjuluza ekitabo n'okumenya obubonero obukisibye, teyayinza kulabawo wadde omu.

Yokaana yatunula waggulu mu ggulu nga waaliyo bamalayika so tewaali bantu. N'atunula ku nsi n'alaba ng'eriyo zzadde lya Adamu lyokka, bonna nga bonoonyi. N'atunula wansi w'ensi n'alabayo b'onoonyi bokka abagenda mu ggeyeena n'ebitonda bya Setaani. Yokaana n'akaaba n'akaaba nnyo kubanga tewali n'omu yasangibwa na bisaanyizo okusinziira ku tteeka ery'okununula ettaka (olu. 4).

Awo, omu ku bakadde n'azzaamu Yokaana amaanyi n'amugamba nti "Tokaaba; laba, Empologoma ow'omu kika kya Yuda, ekikolo kya Dawudi, yawangula, okwanjuluza ekitabo n'obubonero bwakyo omusanvu" (olu. 5). Wano, "Empologoma ow'omu kika kya Yuda, ekikolo kya Dawudi" baba boogera ku Yesu, oyo ava mu kika kya Yuda era mu nnyumba ya Dawudi; Yesu Kristo asaanidde okuba omununuzi okusinziira ku tteeka ery'okununula ettaka.

Okuva mu Matayo 1:18-21, batulaga okuzaalibwa kwa Mukama waffe bwe kwali mu bujjuvu:

N'okuzaalibwa kwa Yesu Kristo kwali bwe kuti. Malyamu nnyina bwe yali ng'akyayogerezebwa Yusufu, baali nga tebannaba kufumbiriganwa, n'alabika ng'ali lubuto olw'Omwoyo Omutukuvu. Awo Yusufu bba, kubanga yali muntu mutuukirivu, n'atayagala kumukwasa nsonyi, yali alowooza okumulekayo kyama. Laba bwe yali alowooza bw'atyo, malayika wa Mukama n'ajja gy'ali mu kirooto, n'amugamba nti Yusufu omwana wa Dawudi, totya kutwala Malyamu mukazi wo, kubanga olubuto lwe lwa Mwoyo Mutukuvu. Naye alizaala omwana wa bulenzi; naawe olimutuuma erinnya lye Yesu; kubanga Ye ye alirokola abantu be mu bibi byabwe."

Ensonga lwaki omwana wa Katonda yekka Yesu Kristo yajja mu nsi muno mu mubiri (Yokaana 1:14) okuyita mu lubuto lw'omubeererevu Malyamu lwakuba Yesu yalina okubeera omuntu kyokka nga si zzadde lya Adamu, asobole okuba n'ebisaanyizo okusinziira ku teeka ery'okununula ettaka.

*Eky'okusatu, omununuzi alina okuba n'amaanyi.*

Watya nga muto w'omuntu omulenzi afuuka mwavu

n'atunda ettaka lye, mukulu we n'ayagala okununulira muto we ettaka lye. Olwo, omulenzi omukulu alina okuba n'ebisaanyizo ebimala okulinunula (Eby'abaleevi 25:26). Kye kimu, muto we bwabeera mu bbanja eddene nga mukulu we ayagala okusasula ebbanja eryo, omukulu asobola okukikola bwabeera alina "ebisaanyizo ebimala," si kuba na kwagala ku kikola kyokka.

Mu ngeri y'emu, okusobola okukyusa omwonoonyi okumufuula omuntu omutuukirivu, "ebisaanyizo ebyetaagisa" oba amaanyi agetaagisa. Wano, amaanyi okununula ettaka kitegeeza amaanyi ag'okununula abantu bonna okuva mu bibi. Kwe kugamba, omununuzi w'abantu bonna oyo atuukiridde okusinziira ku tteeka ku kununula ettaka tayinza kuba na kibi kyonna kimusangibwamu.

Olw'okuba Yesu Kristo si wa zzadde lya Adamu, Talina kibi kisikire. Wadde Yesu Kristo okuba n'ebibi bye yeekolera Ye kubanga Yakuuma amateeka gonna mu myaka 33 gye yamala ku nsi. Yakomolebwa ku lunaku olw'omunaana oluvanyuma lw'okuzaalibwa Kwe era nga tannatandika buweereza bwe obw'emyaka-essatu, Yesu yagondera byonna era n'ayagalanga nnyo bazadde Be, era n'akuumanga amateeka gonna.

Yensonga lwaki mu Abaebulaniya 7:26 watugamba, "Kubanga kabona asinga obukulu afaanana bwatyo ye yatusaanira, omutukuvu, ataliiko kabi, ataliiko bbala, eyayawulibwa eri abo abalina ebibi, era eyagulumizibwa okukira eggulu." Mu 1 Peetero 2:22-23, tusanga, "[Kristo] ataakola kibi, newakubadde obukuusa tebwalabika mu kamwa Ke; bwe yavumibwa, ataavuma nate; bwe yabonyaabonyezebwa, ataakanga; naye yeewaayo eri Oyo asala omusango ogw'ensonga."

**Eky'okuna, omununuzi alina okuba n'okwagala.**

Okununula ettaka okusobola okutuukirizibwa, ku bukwakkulizo obusatu waggulu, okwagala kulina okubaako era kwetaagibwa. Awatali kwagala, mukulu w'omuntu tasobola kununula ttaka lya muto we. Wadde ow'oluganda omukulu yasingayo obuggagga mu nsi nga muganda we alina ebbanja erimutuuse ne mu bulago, awatali kwagala ow'oluganda omukulu tasobola kuyamba muto we. Olwo amaanyi n'obugagga eby'owoluganda omukulu binaaba bigasa ki muto we?

Mu Luusi 4 olugero lwa Bowaazi, eyali amanyi obulungi embeera nnyazaala wa Luusi Nawomi gye yeesangamu. Bowaazi bwe yabuuza "muganda we-omununuzi" okununula obusika bwa Nawomi, ow'oluganda-omununuzi n'addamu bwati, "Siyinza kukyenunulira nzekka, nneme okwonoona obusika bwange nze:

ggwe weetwalire okununula kwange okwo kubanga nze siyinza kukinunula" (olu. 6). Awo Bowaazi mu kwagala kwe okungi, naanunula ettaka ku lwa Nawomi. Oluvanyuma, Bowaazi yaweebwa omukisa ogw'amaanyi okuba ng'ava mu lunyiriri lwa Dawudi.

Yesu, eyajja mu nsi mu mubiri, teyali wa zzadde lya Adamu kubanga olubuto lwe lwali lwa Mwoyo Mutukuvu, era teyakola kibi kyonna. N'olwekyo, Yalina "obusobozi obumala" okutununula. Singa Yesu teyalina kwagala, Teyandigumidde bulumi bwa kukomererwa. Kyokka, Yesu yalina okwagala kungi nti yakomererwa ebitonde obutonde, n'ayiwa omusaayi Gwe, era n'anunula omuntu, bwatyo n'aggulawo ekkubo ery'obulokozi. Kino kye kyava mu kwagala kwa Katonda Kitaffe okutagambika n'okwewaayo wa Yesu eyali omugonvu okutuuka ne ku ssa ly'okufa.

### Ensonga Lwaki Yesu Yawanikibwa ku Muti

Lwaki Yesu yawanikibwa ku muti omusalaba? Kino kyaliwo okutuukiriza etteeka ly'ensi ey'omwoyo, eriragira nti "Kristo yatununula mu kikolimo ky'amateeka, bwe yafuuka ekikolimo ku lwaffe: kubanga kyawandiikibwa nti Akolimiddwa buli awanikiddwa ku muti'" (Abagalatiya 3:13). Yesu yawanikibwa ku muti ku lwaffe asobole okununula ffe ab'onoonyi okuva mu "kikolimo ky'amateeka."

Eby'abaleevi 17:11 watugamba, "Kubanga obulamu bw'ennyama buba mu musaayi: era ngubawadde ku Kyoto okutangiriranga obulamu bwammwe: kubanga omusaayi gwe gutangirira olw'obulamu." Abaebulaniya 9:22 wasoma, "Era mu mateeka kubulako katono ebintu byonna okunaazibwa omusaayi, era awataba kuyiwa musaayi tewabaawo kusonyiyibwa." Omusaayi bwe bulamu kubanga "tewabaawo kusonyiyibwa" awatali kuyiwa musaayi. Yesu yayiwa omusaayi Gwe ogutaaliko bbala era ogw'omuwendo tusobole okufuna obulamu.

Era, okuyita mu kubonaabona Kwe ku musalaba, abakkiriza banunulibwa okuva mu kikolimo ky'endwadde, obunafu, obwavu, n'ebiringa ebyo. Okuva lwe kiri nti Yesu yabeerawo mu bwavu bwe yali ku nsi, Yeetikka obwavu bwaffe. Olw'okuba Yesu yakubibwa emiggo, tuwonyezebwa endwadde zaffe. Olw'okuba Yesu yayambala engule ey'amaggwa, Yatununula mu bibi bye tukola mu birowooza byaffe. Olw'okuba Yesu yafumitibwa emisumaali mu ngalo Ze n'ebigere, Yatununula mu bibi byaffe byonna bye tukola n'engalo zaffe wamu n'ebigere.

## Okukkiririza mu Mukama kwe Kukyuka Okudda mu Mazima

Abantu abategeerera ddala ekigendererwa ky'omusalaba era ne bakikkiriza okuva ku ntobo y'emitima gyabwe bajja kweggyako ebibi era batambulire mu kwagala kwa Katonda. Nga Yesu bwatugamba mu Yokaana 14:23, "Omuntu bw'anjagala, anaakwatanga ekigambo kyange: ne Kitange anaamwagalanga, era tunajjanga gyali, tunaatuulanga gyali," abantu ng'abo bajja kufunanga okwagala kwa Katonda n'emikisa.

Olwo lwaki, abantu baatula okukkiriza kwabwe mu Mukama kyokka ne batafuna kuddibwaamu eri okusaba kwabwe era ne babeera nga batambulira mu kugezesebwa n'okubonaabona? Kibaawo lwa kuba, wadde bagamba nti bakkiririza mu Katonda, Katonda okukkiriza kwabwe takutwala ng'okukkiriza okutuufu. Kino kitegeeza wadde bawulidde ekigambo kya Katonda, tebannegyako bibi ne basobola okukyuka okudda mu mazima.

Okugeza, waliyo abakkiriza abatabalika abalemererwa okugondera amateeka ekkumi, ebikulu mu bulamu bwa Kristo. Abantu ng'abo bamanyi bulungi etteeka erigamba nti

"Jjukiranga okutukuza olunaku olwa ssabbiiti, era olukuumenga nga lutukuvu." Kyokka, bagenda mu kusaba okw'enkya kwokka oba ne batagenderayo ddala ne basigala nga beekolera mirimu gyabwe ku lunaku lwa Mukama. Bakimanyi nti balina okuwaayo ekimu eky'ekkumi, naye olw'okuba ssente bazitwala nga kikulu nnyo gye bali balemererwa okuwaayo ekimu eky'ekkumi. Katonda yatugamba nti obutawaayo kimu kya kkumi kyonna kubeera ku "Mubba", olwo banaafuna batya okuddibwaamu n'emikisa (Malaki 3:8)?

Ate waliyo n'abo abakkiriza abatasonyiwa nsobi n'okusobya kw'abalala. Banyiiga era ne bayiiya engeri y'okubasasula mu ngeri y'emu. Abalala ne basuubiza kyokka ne batatuukiriza, abalala banenya n'okusinda, nga abantu b'ensi bennyini bwe bakola. Bayinza batya okuyitibwa abalina okukkiriza okutuufu?

Bwe tubeera n'okukkiriza, tulina okufuba okukola buli kimu okusinziira ku kwagala kwa Katonda, twewale buli kika kya bubi, era tufaanane Mukama waffe oyo eyawaayo obulamu Bwe olwa ffe ab'onoonyi. Abantu ng'abo basobola okusonyiwa era ne bagala abo abatabaagala n'okubakola obubi, era ne baweerezanga n'okwewaayo olw'abalala.

Bwe weggyako obusungu, ojja kukyusibwa ofuuke omuntu afulumya ebigambo ebirungi era eby'essanyu. Bw'oba ng'obadde weemulugunya mu buli kimu, olw'okukkiriza okutuufu ojja kufuuka omuntu eyeebaza mu buli mbeera era ogabane ekisa eri abo abakwetoolodde.

Bwe tuba nga tukkiririza mu Mukama, buli omu ku ffe alina okumufaanana ne tutambulira mu bulamu obuziddwa obuggya. Eno yengeri ey'okufunamu okuddibwamu kwa Katonda n'emikisa.

Ebbaluwa y'Abaebbulaniya 12:1-2 watugamba:

Kale naffe, bwe tulina olufu lw'abajulirwa olwenkana awo olutwetoolodde, twambulenga buli ekizitowa n'ekibi ekyegatta naffe, tuddukanenga n'okugumiikiriza okuwakana okuteekeddwa mu maaso gaffe, nga tutunuulira Yesu yekka omukulu w'okukkiriza kwaffe era omutuukiriza waakwo, olw'essanyu eryateekebwa mu maaso ge eyagumiikiriza omusalaba, ng'anyooma ensonyi, n'atuula ku mukono ogwa ddyo ogw'entebe ya Katonda.

Ng'ogyeeko bajjajja b'okukkiriza abangi mu Baibuli, mu ffe, waliwo abantu bangi abafunye obulokozi n'emikisa olw'okukkiriza kwabwe mu Mukama.

Nga "olufu olw'amaanyi olw'abajulizi," katufune okukkiriza okutuufu! Katusuule eri buli kimu ekitulemesa n'ekibi ekitusiba, n'okulwana okufaanana Mukama waffe! Olwo lwokka, nga Yesu bwe yatusuubiza mu Yokaana 15:7, "Bwe mubeera mu nze, n'ebigambo byange bwe bibeera mu mmwe, musabenga kye mwagala kyonna, munaakikolerwanga," buli omu ku ffe lwanaasobola okubeera mu bulamu obujjudde eby'okuddamu n'emikisa.

Bw'oba nga tonnatambulira mu bulamu ng'obwo, weetunulemu mu bulamu bwo, waayo omutima gwo era weenenye olw'okuba obadde tokkiririza mu Mukama mu ngeri entuufu, era omalirire okutambulira mu kigambo kya Katonda kyokka.

Buli omu ku mmwe k'afune okukkiriza okutuufu, alabe amaanyi ga Katonda, era agulumize Katonda nnyo nnyini ddala ofune okuddamu kwo n'emikisa, mu linnya lya Mukama Waffe Yesu Kristo Nsabye!

*Obubaka 3*
# Ekibya Ekisinga Ejjinja ery'omuwendo obulungi

## 2 Timothy 2:20-21

*Naye mu nnyumba ennene temubaamu bintu bya zaabu na bya ffeeza byokka, naye era n'eby'emiti n'eby'ebbumba; n'ebirala eby'ekitiibwa, n'ebirala ebitali bya kitiibwa. Kale omuntu bwe yeerongoosaako ebyo, anaabeeranga ekintu eky'ekitiibwa, ekyatukuzibwa, ekisaanira Omwami, okuweerezanga, ekyalongooserezebwa buli mulimu omulungi*

Katonda yatonda omuntu Asobole okukungula abaana abatuufu abo bayinza okugabana N'abo okwagala okutuufu. Kyokka, abantu baayonoona, ne bawaba okuva ku kigendererwa ekituufu eky'okutondebwa kwabwe, era ne bafuuka omuddu w'omulabe setaani (Abaruumi 3:23). Wabula, Katonda kwagala, teyava ku kigendererwa ky'okukungula abaana abatuufu. Yaggulawo ekkubo ery'obulokozi eri abantu abaali wakati mu kibi. Katonda yawaayo Omwana we Omu yekka n'akomererwa ku musalaba asobole okununula abantu bonna okuva mu kibi.

Olw'okwagala kuno okwewuunyisa ennyo nga kuwerekeddwako okwewaayo okw'amaanyi, olw'omuntu yenna akkiririza mu Yesu Kristo ekkubo ery'obulokozi limuggulirwawo. Eri oyo yenna akkiriza mu mutima gwe nti Yesu yafa n'azuukira okuva mu bafu era n'ayatula n'emimwa gye nti Yesu ye Mulokozi we, obuyinza okuba omwana wa Katonda bumuweebwa.

## Abaana ba Katonda Abagalwa Bafaananyizibwa n'e "Kibya"

Nga 2 Timoseewo 2:20-21 bwe wasoma, "Naye mu nnyumba ennene temubaamu bintu bya zaabu na bya ffeeza byokka, naye era n'eby'emiti n'eby'ebbumba; n'ebirala eby'ekitiibwa, n'ebirala ebitali bya kitiibwa. Kale omuntu bwe yeerongoosaako ebyo, anaabeeranga ekintu eky'ekitiibwa, ekyatukuzibwa, ekisaanira Omwami, okuweerezanga, ekyalongooserezebwa buli mulimu omulungi," ekigendererwa ky'ekibya kwe kubeeramu ebintu.

Katonda abafaananya "ekibya" kubanga mu bo asobola okujjuzaamu okwagala Kwe n'ekisa, n'ekigamba Kye nga ge mazima, n'amaanyi ge saako obuyinza. N'olwekyo, tulina okukitegeera nti okusinziira ku bika by'ebibya bye tutegeka, tusobola okweyagalira mu buli kika kya kirabo kirungi n'emikisa gya Katonda by'atutegekedde.

Olwo kibya kya kika ki, oyo omuntu afuna emikisa gyonna Katonda gyategese? Kye kyo ekibya Katonda kyayita eky'omuwendo, eky'ekitiibwa era ekirungi.

Ekisooka, ekibya "eky'omuwendo" kye kyo nga nnyini kyo atuukiriza mu bujjuvu obuvunaanyizibwa bwe obwa muweebwa Katonda. Yokaana Omubatiza oyo eyategekera Mukama waffe Yesu ekkubo, ne Musa eyakulemberamu aba Isiraeri okubagya mu Misiri bagwa mu kiti kino.

Ekiddako, ekibya "eky'ekitiibwa" ye muntu abeera n'ebisaanyizo eby'okuba ow'amazima, atali mukuusa, ateekyusa, era omwesigwa, nga byonna tebisangika mu bantu aba bulijjo. Yusufu ne Danyeri, nga bombi baali mu kifo eky'ekitiibwa eky'obwa katikkiro mu nsi ez'amaanyi era ne baweesa nnyo Katonda ekitiibwa era bagwa mu kiti kino.

Ekisembayo, ekibya "ekirungi" ye muntu nga mu maaso ga Katonda muntu ow'omutima omulungi atayomba oba okuneneng'ana naye nga mu mazima akkiriza era n'agumiikiriza ebintu byonna. Eseza eyawonya abantu be ne Yibulayimu eyayitibwa "mukwano" gwa Katonda bwagwa mu kiti kino.

"Ekibya ekisinga ejjinja ery'omuwendo obulungi" ye muntu alina ebisaanyizo Katonda by'alaba nga bya muwendo, bya kitiibwa, era birungi. Ejjinja ery'omuwendo erikwekeddwa mu mayinja ag'ebika ebingi lirabikirawo. Mu ngeri y'emu, abo bonna abantu ba Katonda abalungi okusinga ejjinja ery'omuwendo tekirina kubuusibuusibwa balabikirawo .

Amayinja ag'omuwendo agasinga obungi g'aba ku buseere bw'otunuulira bwe genkana, naye okumasamasa n'elangi zaago ezitalabkalabika zisikiriza abantu abanoony obulungi. Wabula, amayinja gonna agamasamasa tegatwalibwa nga ga muwendo. Amayinja ag'omuwendo gennyini galina okubeera ne langi ezirabika obulungi ennyo, nga n'obugumu magumu. Wano, "obugumu" kitegeeza ekintu ekisobola okugumira ebbugumu, nga teryonooneka bwe liba likwataganye n'ebiralala, era ng'enkula lyalyo tekyukakyuka. Ekirala ekikulu nga tekirabikalabika.

Bwe wabaawo ekibya ekinyirira ennyo, ekimasamasa, nga kigumu, era nga tekirabikalabika, nga kiba kirungi nnyo, nga kya muwendo, era nga kirungi! Katonda ayagala abaana Be okwongera okufuuka ebibya ebirungi okusinga ejjinja ery'omuwendo era ayagala batambulire mu bulamu obw'omukisa. Katonda bwazuula ekibya eky'ekika ekyo, Akiyiira okwagala Kwe mu bungi n'essanyu.

Tuyinza tutya okufuuka ebibya ebirungi okusinga amayinja ag'omuwendo mu maaso ga Katonda?

*Ekisooka, olina okutuukiriza obutuukirivu bw'omutima gwo n'ekigambo kya Katonda, nga kyo ge mazima gennyini.*

Ekibya okusobola okukozesebwa okusinziira ku mulimu gwakyo ogwa kitondebwa, okusingira ddala kirina okubeera nga kiyonjo. N'ekibya ekya zaabu eky'omuwendo omungi ddala tekisobola kukozesebwa bwe kibaako amabala n'okuwunya. Okujjako ng'ekibya kino ekya zaabu era eky'omuwendo omungi, kiyonjeddwa bulungi n'amazzi, lwe kiyinza okukozesebwa okusinziira ku kigendererwa ekya kitonderwa.

Etteeka lye limu lituukira ne ku baana ba Katonda. Abaana Be, Katonda abategekedde emikisa egitaggwaawo n'ebirabo ebyenjawulo, emikisa egy'obugagga n'obulamu, n'ebiringa ebyo. Ffe okusobola okufuna emikisa egyo n'ebirabo, tulina okusooka okwetegeka ng'ebibya ebiyonjo.

Tusanga mu Yeremiya 17:9, "Omutima mulimba okusinga ebintu byonna, era gulwadde endwadde etewonyezeka: ani ayinza okugumanya?" Era tusanga ne mu Matayo 15:18-19, nga Yesu agamba, "Naye ebifuluma mu kamwa biva mu mutima: n'ebyo bye byonoona omuntu. Kubanga mu mutima mwe muva ebirowoozo ebibi, obussi, obwenzi, obukaba, obubbi, okuwaayiriza, okuvuma." N'olwekyo, okujjako nga tumaze kunyiriza mitima gyaffe lwe tusobola okufuuka ebibya ebiyonjo. Ekibya bwe kibeera ekiyonjo, tewali n'omu ku ffe ajja kuba "na ndowooza mbi," ng'afulumya ebigambo ebibi, oba okukola ebikolwa ebibi.

Okutukuza emitima gyaffe kisoboka n'amazzi ag'o mwoyo, ekigambo kya Katonda. Eyo yensonga lwaki Atukubiriza mu Baefeso 5:26 alyoke agitukuze ng'amaze okugirongoosa n'okuginaaza n'amazzi mu kigambo," ne mu Abaebbulaniya 10:22 Atukubiriza "okusemberanga n'omwoyo ogw'amazima olw'okukkiriza okutuukiridde, emitima gyaffe nga gimansirwako okuggyamu omwoyo omubi, n'emibiri gyaffe nga ginaazibwa n'amazzi amalungi."

Olwo, amazzi ag'omwoyo – ekigambo kya Katonda – gatutukuza gatya? Tulina okugondera ebiragiro ebiwerako ebisangibwa mu bitabo enkaaga mw'omukaaga ebya Baibuli nga kikola "ng'ekiyonja" emitima gyaffe. Okugondera ebiragiro ng'ebyo ebitugamba nti "Tokolanga " ne "Ssuula eri" ddala bijja kutuviiramu okweggyako ebibi byonna n'obubi.

Empisa z'abo abalongoosezza emitima gyabwe n'ekigambo Kye n'azo zijja kukyuka era ayakayakane n'ekitangaala kya Kristo. Wabula, okugondera ekigambo tekisoboka kutuukirizibwa n'amaanyi ga muntu gokka; Omwoyo Omutukuvu alina okumulung'amya n'okumuyamba.

Bwe tuwulira ne tutegeera Ekigambo, ne tuggulawo emitima gyaffe, era ne tukkiriza Yesu ng'omulokozi waffe, Katonda atuwa Omwoyo Omutukuvu ng'ekirabo. Omwoyo Omutukuvu atuula mu bantu abakkiriza Yesu ng'Omulokozi waabwe, era n'abayamba okuwulira n'okutegeera ekigambo eky'amazima. Ebyawandiikibwa bitugamba, "Ekizaalibwa omubiri kiba mubiri; n'ekizaalibwa Omwoyo kiba mwoyo" (Yokaana 3:6).

Abaana ba Katonda abo abafuna Omwoyo Omutukuvu ng'ekirabo basobola okweggyako ekibi buli lunaku n'obubi olw'amaanyi ag'Omwoyo Omutukuvu, era ne bafuuka abantu ab'omwoyo.

Eriyo omu ku mmwe ali ku bunkeeke era eyeerariikiridde, ng'alowooza, 'Nnyinza ntya okukuuma ebiragiro ng'ebyo?'

1 Yokaana 5:2-3 watujjukiza, "Ku ekyo kwe tutegeerera nga twagala abaana ba Katonda, bwe twagala Katonda ne tukola ebiragiro bye. Kubanga kuno kwe kwagala kwa Katonda ffe okukwatanga ebiragiro bye; era ebiragiro bye tebizitowa." Bw'oba oyagala Katonda okuva ku ntobo y'omutima gwo, ng'ogondera ebiragiro Bye tekikubeerera kizibu.

Abazadde bwe bazaala abaana baabwe, abazadde balabirira abaana baabwe mu ngeri zonna omuli okulya, okwambala, okunaaba, n'ebiringa ebyo. Ku ludda olumu, abazadde bwe baba balabirira omwana atali waabwe, kimenyamu. Ku ludda olulala, abazadde bwe babeera balabirira omwana waabwe yennyini, tekiyinza kubamenya. Omwana ne bwazuukuka n'akaaba eyo mu matumbi budde, abazadde tebakaluubirirwa; lwakuba baagala nnyo omwana waabwe. Bw'oba olina ky'okolera omuntu gwoyagala liba ssanyu gyereere n'okusanyuka; si kizibu oba okuba nga kitama. Mu ngeri y'emu, bwe tuba tukkiriza nti

Katonda ye taata w'omwoyo gwaffe nti era olw'okwagala Kwe okutagambika, yawaayo omwana We okukomererwa ku musalaba ku lwaffe, tuyinza tutya obutamwagala? Era, bwe tuba twagala Katonda, nga tutambulira mu kigambo Kye tuyinza tutya okukoowa. Kyokka, kijja kuba kikooya era nga kinakuwaza bwe tutambulira mu kigambo kya Katonda oba ng'okwagala Kwe bwe kuli.

Nnabonaabona n'endwadde eza buli kika okumala emyaka musanvu okutuuka mwannyinaze mukulu wange bwe yantwala eri yeekaalu ya Katonda. Okuyita mu kufuna omuliro ogw'Omwoyo Omutukuvu n'okuwona endwadde zange zonna bwe nafukamira bwe nti okusaba mu yeekaalu, Nnasisinkana Katonda omulamu. Kino kyaliwo mu mwezi gw'okuna 17, 1974. N'olwekyo, n'atandika okubeera mu buli kusaba nga nneebaza ekisa kya Katonda. Mu gw'ekkumi n'ogumu ogw'omwaka ogwo, Nneetaba mu lukung'ana lwange olwasooka olw'okudda obuggya nga muno mwe n'atandikira okuyiga Ekigambo Kye, ebikulu mu bulamu bw'omuntu obw'ekikristaayo:

'Oooo, Katonda bwati bwali!'
'Nnina okusuula eri ebibi byange byonna.'
'Kino kye kibaawo bwe nzikiriza!'
'Nnina okulekayo okunywa sigala n'omwenge.'

Omuwandiisi w'ekitabo kino Dr. Jaerock Lee

'Nnina okusaba obutalekayo.'
'Okuwa ekimu eky'ekkumi kya tteeka, era sirina kugenda mu maaso ga Katonda ngalo nsa.'

Wiiki yonna eyo, buli kigambo naddang'amu nti "Amiina" mu mutima gwange. Oluvanyuma lw'olukung'ana olwo olw'okudda obuggya, nnava ku kunywa sigala n'omwenge, era ne ntandika okuwa ekimu eky'ekkumi n'okwebaza. Nnatandika n'okusaba ku makya ennyo era mpolampola n'enfuuka omusajja omusabi. Nnakolera ddala nga bwe nayiga, n'entandika n'okusoma Baibuli.

Nnawonyezebwa endwadde zange zonna n'obunafu, nga ku zonna tewali n'emu yali eyinza kuwonyezebwa na ngeri za nsi, olw'amaanyi ga Katonda mu mangu ddala n'empona. N'olwekyo, Nnakkiririza ddala mu buli lunyiriri n'essuula ya Baibuli. Olw'okuba nali n'akayingira mu kukkiriza mu kiseera ekyo, waaliwo ebimu ku byawandiikibwa bye nnali sitegeera bulungi. Kyokka, naye ng'ebyo ebiragiro byentegedde nga ntandikirawo okubigondera. Okugeza, Baibuli yang'amba obutalimba, bwentyo nange ne n'engamba nti , "Okulimba kibi! Baibuli eng'ana okulimba, kale sijja kulimba." Era n'ensaba, "Katonda, nkwegayiridde nnyamba nsuule eri okulimba okw'ekisiru" si gamba nti nali nnimbye abantu n'omutima omubi, wabula wadde guli gutyo n'asabanga obutalekayo nsobole okulekayo okulimba okwekisiru.

Abantu bangi balimba, era abasinga ku bo n'okutegeera tebategeera nti balimba. Omuntu, gw'otandyagadde kwogera naye ku ssimu bwa kuba, togambangako baana bo oba bakozi bano oba mikwano gyo bamugambe nti Toliiwo"? Abantu bangi balimba olw'okuba "tebagaala kunyiiza balala." Abantu ng'abo balimba, okugeza bwe bakyala ne bababuuza oba banaabako kye balya oba okunywa. Wadde nga tebannalya oba nga ennyonta ebaluma, abantu abatayagala "kukaluubiriza" gwe bakyalidde batera okugamba, "Tofaayo ndi bulungi ndidde oba nywedde nga nzijja." Wabula, bwe n'akitegeera nti okulimba kuba kulimba wadde ekigendererwa kirungi, N'asaba obutalekaayo okweggyako okulimba era ku nkomerero nnasobola okusuula eri okulimba okw'ekisiru.

Era, N'akola olukalala lwa buli kimu ekibi kye nalina okweggyako, era n'ensaba. Okutuusa nga matidde nti ddala nali n'eggyeeko ekyo ekibi oba omuze ogwo, olwo lwe nakisazaangamu n'ekalamu eya bwiino omumyufu. Bwe waabangawo ekintu ekibi ekitambeereranga kyangu kweggyako ne bwe nnamalanga okusaba nga maliridde, Nnatandikirangawo okusiiba. Bwe kyagaananga era okumala ennaku ssatu ez'okusiiba, nga nnyongerayo okusiiba okutuuka ku nnaku ttaano. Bwe n'addangamu ekibi ekyo kye kimu, nga nzira ku kusiiba okwe nnaku omusanvu. Wabula, kyabanga kizibu okusiiba okumala wiiki nnamba; kubanga oluvanyuma lw'okusiiba okwe nnaku essatu, Nnalinga nsobola okweggyako ebibi byonna n'obubi. Gye n'akomanga okweggyako ebibi okuyita mu ngeri eyo gye nadding'ananga, gye nakoma okufuuka ekibya ekiyonjo.

Oluvanyuma lw'emyaka esatu ng'amaze okusisinkana Mukama, Nnali maze okusuula eri buli kimu ekijemera ekigambo kya Katonda era nga nnali nsobola okuyitibwa ekibya ekiyonjo mu maaso Ge. Okwongereza kw'ekyo, nga bwe neekuumanga n'obuvunaanyizibwa era n'obwegendereza, mu ebyo ebitulagira "Okukolanga" era "Okukuumanga," Nasobola okutambulira mu kigambo Kye mu kiseera ekitono. Bwe n'afuuka ekibya ekiyonjo, Katonda y'angiira emikisa mu bungi. Ab'omu maka gange baafuna omukisa ogw'okuba abalamu. Nnasobola okusasula amabanja gonna. N'afuna emikisa mu mubiri ne mu mwoyo. Kino kyali bwe kityo lwa kuba, Baibuli etukakasa nti: "Abaagalwa, omutima bwe gutatusalira kutusinga, tuba n'obugumu eri Katonda; era buli kye tusaba akituwa, kubanga tukwata ebiragiro bye era tukola ebisiimibwa mu maaso ge" (1 Yokaana 3:21-22).

*Eky'okubiri, okusobola okufuuka ekibya ekisinga ejjinja ery'omuwendo, Olina "okutereezebwa omuliro" era oyakayakane n'ekitangaala eky'omwoyo.*

Amayinja eg'ebbeeyi agotonebwa ku mpeta n'eby'omu bulago gaasooka ku beera nga si matukuvu. Wabula, gakolebwako abagakuuta n'okugabajja ne galyoka gatandika okumasamasa era ne gafuna n'enkula ennungi.

Ng'abawunzi b'amayinja ago bwe bagasala, ne bagakuuta, era ne bagayisa mu muliro okutereera ne balyoka bagafuula agalina enkula ennungi ennyo n'olususu olumasamasa obulungi ennyo, Katonda akangavvula abaana Be. Katonda abakangavvula si lwa bibi byabwe, wabula okuyita mu kukangavvulwa kuno Asobole okubawa omukisa mu mubiri ne mu mwoyo. Mu maaso g'abaana be abo abatayonoonye wadde okukola ekibi kyonna, kibeera nga nti balinaʼ okugumira obulumi n'okubonaabona kw'ebigezo. Guno mutendera Katonda mwayita okutendeka n'okuyigiriza abaana Be empisa basobole okwakayakana obulungi n'okuba n'omubiri omulungi ne langi. 1 Peetero 2:19 watujjukiza nti,

"Kubanga kino kye kisiimibwa, omuntu bw'agumiikiriza okulumwa olw'okujjukira Katonda, ng'abonyaabonyezebwa awatali nsonga." Era tusoma nti, "okugezebwa kw'okukkiriza kwammwe okusinga omuwendo ezaabu eggwaawo, newakubadde ng'egezesebwa mu muliro, kulyoke kulabike okuleeta ettendo n'ekitiibwa n'okugulumizibwa Yesu Kristo bw'alibikkulibwa" (1 Peetero 1:7).

Wadde abaana ba Katonda begyako dda buli kika kya bubi era ne bafuuka ebibya ebitukuvu, mu kiseera Ye wayagalira, Katonda akkiriza ne bakangavvulwa era ne bayita mu kugezesebwa basobole okuvaayo ng'ebibya ebisinga ejjinja ery'omuwendo obulungi. Nga mu kitundu ekisembayo ekya 1 Yokaana 1:5 bwe watugamba, "Katonda gwe musana, so mu ye ekizikiza temuli na katono," olw'okuba Katonda kitangaala kye nnyini eky'ekitiibwa ekitaliimu bbala wadde olufunyiro, Akulembera abaana Be eri omutendera gwe gumu ogw'ekitangaala.

N'olwekyo, bw'owangula okusoomozebwa kwonna okukkiriziddwa Katonda mu bulungi n'okwagala, ojja kweyongera okufuuka ekibya ekimasamasa era ekirungi. Omutendera gw'obuyinza obw'omwoyo n'amaanyi bya njawulo okusinziira ku kwakayakana kw'ekitangaala eky'omwoyo. Okwongereza kw'ekyo, ekitangaala eky'omwoyo bwe kyaka, omulabe setaani tabeera na kifo wa kuyimirira.

Mu makko 9 tusanga Yesu weyaboggolera dayimooni eyali mu mulenzi amuveeko kitaawe bwe yeegayirira Yesu awonye omwana we. Yesu yaboggolera dayimooni nti. "Ggwe dayimooni atayogera era omuggavu w'amatu nze nkulagira, muveeko, tomuddiranga nate n'akatono." (olu. 25). Dayimooni n'ava ku mulenzi, n'atereera bulungi. Nga kino tekinnabaawo tusanga awalala taata w'omwana bwe yaleeta omwana we eri abayigirizwa ba Yesu, abaali balemeddwa okugoba mu mulenzi dayimooni. Ekyo kyali bwe kityo lwakuba omutendera gw'ekitangaala eky'omwoyo abayigirizwa ba Yesu kwe baali gwali gwa njawulo kw'ogwo Yesu kwe yali.

Olwo, tuyinza kukola tutya okuyingira omutendera gwa Yesu ogw'ekitangaala eky'omwoyo? Tusobola okubeera abawanguzi mu kugezesebwa kwonna nga tukkiririza mu Katonda obutalekaayo, okuwangula obubi n'obulungi, n'okwagala abalabe bo. Na bwe kityo, obulungi bwo, okwagala n'obutuukirivu biyitibwa by'amazima, nga Yesu, bwe yayinza okugoba emizimu n'okuwonya endwadde wamu n'obunafu.

## Emikisa gy'Ebibya Ebirungi okusinga Amayinja Ag'omuwendo

Nga bwe ntambulidde ku luguudo olw'okukkiriza emyaka mingi, Nange ngumidde ebigezo ebitabalika. Okugeza, bwe n'awaayirizibwa ku pulogulaamu eyali ku Ttivi emyaka si mingi emabega, Nnagumira ekigezo ekyali eky'obulumi ennyo era nga kinakuwaza nga bw'olaba okufa. Nga mukyo mwe mwava abantu abaali bafunye ekisa okuyita mu nze n'abalala bangi be nnali maze ebbanga nga ntwala ng'ab'oluganda ab'okulusegere okuba nga baandyamu olukwe.

Eri abantu ab'ensi, N'afuuka emboozi era aneenyezebwa, kyokka ng'eno ba memba ba Manmin bangi babonaabona era ne bayigganyizibwa mu bukyamu. Wabula wadde gwali gutyo, ba memba ba Manmin nange baawangula ekigezo ekyo n'obulungi era, nga bwe tuwawaayo buli kimu eri Katonda, twasaba Katonda kwagala era omusaasizi okubasonyiwa.

Era, saakyawa wadde okwabulira abo abaali bagenze era ne bafuula ebintu ebizibu eri ekanisa. Wakati mu kigezo kino ekijjudde obulumi, mu bwesigwa nakkiriza nti Taata wange Katonda yali akyanjagala. Eno yengeri gye nnasobola okusisinkana n'abo abaali bankoze obubi n'obulungi saako okwagala. Ng'omuyizi bw'asiimibwa olw'okunyiikira kwe n'okuyita obulungi ebibuuzo, Okukkiriza kwange, obulungi, okwagala, n'obutuukirivu bwe byasiimibwa Katonda, Yampa omukisa okwongera okulaga amaanyi Ge ate mu ngeri ey'amaanyi.

Oluvanyuma lw'ebigezo, Yaggulawo oluggi ng'omwo mwe nnali ow'okuyita okubunyisa enjiri eri amawanga gonna. Katonda yaganya enkumi n'enkumi n'obukadde bw'abantu okusobola okukung'aana mu buli kuluseedi ze n'ategekanga emitala w'amayanja, era abadde nange n'amaanyi Ge agatakugirwa budde wadde ebbanga.

Ekitangaala eky'omwoyo ekyo Katonda kyatwetooloozaako kyakayakana era kirungi okusinga ejjinja lyonna ery'omuwendo ery'omu nsi eno. Katonda atwala abaana Be beyeetoolozza ekitangaala ky'omwoyo okuba ebibya ebisinga amayinja ag'omuwendo obulungi.

N'olwekyo, buli omu ku mmwe k'ayanguwe okutuukiriza okwetukuza era afuuke ekibya ekyakayakana n'ekitangaala eky'omwoyo ekitafa lwa bigezo era nga kirungi okusinga ejjinja ery'omuwendo, osobole okufuna buli ky'osaba era otambulire mu bulamu obw'omukisa, mu linnya erya Mukama waffe Yesu Kristo nsabye!

*Obubaka 4*
# Ekitangaala

## 1 Yokaana 1:5

*Naye kino kye kigambo kye twawulira ekyava mu ye era kye tubuulira mmwe, nga Katonda gwe musana, so mu ye ekizikiza temuli n'akatono*

Waliwo ebika by'ebitangaala bingi era nga mu buli kimu ku byo mulimu obusobozi bwakyo obwewuunyisa. Okusinga byonna, kitangaaza ekizikiza, n'ekireeta ebbugumu, n'ekitta obuwuka obw'obulabe. N'ekitangaala, ebimera bisobola okufuna obulamu okuyita mu bikoola.

Wabula, waliwo ekitangaala kye tusobola okulabako n'amaaso gaffe n'okukwatako, n'ekitangaala eky'omwoyo kye tutasobola kulaba wadde okukwatako. Nga ekitangala kye tulabako bwe kirina obusobozi obw'enjawulo, mu kitangaala eky'omwoyo mulimu obusobozi obutasobola kubalika. Ekitangaala bwe kyaka ekiro, ekizikiza kivaawo mangu ddala.

Mu ngeri y'emu, ekitangaala eky'omwoyo bwe kyaka mu bulamu bwaffe, ekizikiza eky'omwoyo kijja kuvaawo mangu ddala nga bwe tutambulira mu kwagala kwa Katonda n'okusaasira. Olw'okuba ekizikiza eky'Omwoyo yensibuko y'endwadde n'ebizibu ewaka, ku mulimu, ne mu nkolagana, tetusobola kufuna mirembe mituufu. Wabula, ekitangaala eky'omwoyo bwe kyaka ku bulamu bwaffe, ebizibu ebissuka ku magezi g'omuntu n'obukoddyo bisobola okugonjoolebwa era okuyaayaana kwaffe ne kuddibwamu.

## Ekitangaala eky'Omwoyo

Ekitangaala eky'omwoyo kye ki era kikola kitya? Tusanga mu kitundu ekisembayo ekya 1 Yokaana 1:5 nti "Katonda gwe musana, so mu ye ekizikiza temuli n'akatono," era mu Yokaana 1:1, "Kigambo n'aba Katonda." Mu bufunze, "ekitangaala" tekyogera ku Katonda Yennyini yekka, wabula n'ekigambo Kye nga ge mazima, obulungi, n'okwagala. Nga okutonda ebintu byonna tekunnabaawo, mu kibangirizi ky'ensi Katonda ye yaliwo yekka era nga talina nkula yonna. Ng'aliwo ng'ekitangaala ekirimu eddoboozi, Katonda yali amaamidde ku nsi yonna. Obutangaavu, okwaka ennyo, n'ekitangaala ekirungi bye byetooloola ensi yonna era mu kitangaala ekyo mwe mwavanga eddoboozi ery'ekitiiibwa, eriwulikika obulungi ennyo era nga ly'amaanyi.

Katonda eyabeerawo ng'ekitangaala ekirimu eddoboozi ye yateekateeka enteekateeka y'okuteekateeka omuntu okusobola okufuna abaana abatuufu. Olwo n'ateekako enkula emu, ne yeeyawulamu emirundi esatu, era mu kifaananyi Kye Ye n'atonda omuntu. Wabula, ekikula kya Katonda kye nnyini ki kyali kitangaala n'eddoboozi, era akyakolera mu kitangaala n'eddoboozi. Wadde ali mu kikula kya muntu, mu nkula eyo mulimu ekitangaala n'eddoboozi eby'amaanyi Ge ag'ataggwayo. Okwongereza ku maanyi ga Katonda, waliwo ebintu ebirala eby'amazima, omuli okwagala n'obulungi mu kitangaala kino eky'omwoyo. Ebitabo enkaaga mw'omukaaga eby'omu Baibuli ly'ekung'aniro ly'amazima ag'ekitangaala eky'omwoyo nga byogerebwa mu ddoboozi. Kwe kugamba, "ekitangaala" kitegeeza ebiragiro byonna n'ennyiriri mu Baibuli ez'ogera ku bulungi, obutuukirivu, n'okwagala, omuli "Okwagalana," "Okusaba obutalekaayo," "Okukuumanga olunaku olwa ssabbiiti," "Okugondera amateeka Ekkumi," n'ebiringa ebyo.

## Tambulira mu Kitangaala Okusobola Okusisinkana Katonda

Nga Katonda afuga ensi ey'ekitangaala, omulabe Setaani yafuga ensi ey'ekizikiza. Era, engeri Setaani gyawakanya Katonda, abantu abatambulira mu nsi ey'ekizikiza tebasobola kusisinkana Katonda. N'olwekyo, okusobola okusisinkana Katonda, n'obeera ng'ebizibu byo ebitali bimu mu bulamu bigonjoolebwa, era n'ofuna eby'okuddibwamu, olina okuvaayo mu nsi ey'ekizikiza era oyingire ensi ey'ekitangaala.

Mu Baibuli tusanga ebiragiro bingi ebitugamba "Okolanga". Bino mulimu "Okwagalananga," "Okuweerezeganya," "Okusabanga," "Okwebazanga," n'ebiringa ebyo. Waliwo n'ebyo ebiragira "okukuumanga" omuli "Okuumanga olunaku olwa Ssabbiiti," "Okuumanga Amateeka ekkumi," "Okukuumanga ebiragiro bya Katonda," n'ebiringa ebyo. Olwo ate waliwo n'amateeka mangi agalagira "Tokolanga", omuli, "Tolimbanga," "Tokyawanga muntu muno," "Teweenoonyezanga bulungi," "Tosinzanga bifaananyi," "Tobbanga," "Tobeeranga na buggya," "Tobeera na nsalwa," "Tokolanga lugambo," n'ebiringa ebyo. Waliwo n'ebiragiro ebiragira"Okusuula eri", omuli "Ssuula eri buli kika kya bubi," "Ssuula eri ensaalwa n'obuggya," "Ssuula eri omululu," n'ebiringa ebyo.

Ku ludda olumu, okugondera ebiragiro bya Katonda bino kwe kutambulira mu kitangaala, ng'ofaanana Mukama waffe, era ng'ofaanana Kitaffe Katonda. Ku ludda olulala, bw'otakola nga Katonda bwakulagira okukola, Bw'oteekuuma ekyo kya kugamba okwekuuma, Bw'okola ekyo kyakugaana, era n'otasuula eri kyayagala osuule, ojja kugenda mu maaso n'okutambulira mu kizikiza. N'olwekyo, olina okujjukira nti okujeemera ekigambo kya Katonda kitegeeza kutambulira mu nsi ey'ekizikiza efugibwa omulabe Setaani, bulijjo tulina okutambulira mu kigambo Kye nga tutambulira mu kitangaala.

## Okussa ekimu ne Katonda Tubeera Tutambulira mu Kitangaala

Nga ekitundu ekisooka ekya 1 Yokaana 1:7 bwe kitugamba, "naye bwe tutambulira mu musana, nga ye bw'ali mu musana, tussa kimu ffeka na ffekka," okujjako nga tutambulidde n'okubeera mu kitangaala lwe tusobola okugambibwa okubeera n'okussa ekimu ne Katonda.

Nga bwe waliwo okussa ekimu wakati wa taata n'abaana be, bwe tutyo bwe tulina okuba n'okussa ekissa ekimu ne Katonda, Taata w'emyoyo gyaffe. Wabula, okusobola okunyweza n'okukuuma okussa ekimu Naye, tulina okuba nga tutuukiriza ekisaanyizo kimu: ng'osuula eri ebibi olw'okutambulira mu kitangaala. Eyo yensonga lwaki, "Bwe twogera nga tussa kimu naye ne tutambuliranga mu kizikiza, tulimba ne tutakola mazima" (1 Yokaana 1:6).

"Okussa ekimu" tekuva ludda lumu lwokka. Nga bw'obeera ng'omanyi omuntu, naye nga tekitegeeza nti olina okussa ekimu n'omuntu oyo. Okujjako ng'enjuyi zombi zikwatagana bulungi okubeera nga beemanyi, nga beesigang'ana, nga buli omu yeesigama ku munne, era ne babeera nga banyuma buli omu ne munne olwo lwe wasobola okubaawo "okussa ekimu" wakati w'enjuyi zombi.

Eky'okulabirako, abasinga ku mmwe mumanyi kabaka oba omukulembeze w'eggwanga lya mmwe. Ne bw'obeera ng'omukulembeze omumanyiiko bingi, bw'aba takumanyi, tewabeera kussa kimu wakati wo n'omukulembeze w'eggwanga lyo. Era, nga mu kussa ekimu mubaamu emitendera. Mmwe ababiri muyinza okubeera nga temwemanyi bulungi; oba ng'ababiri mmwe mwemaanyiimu akatonotono okutuuka n'okwebuuza okumanya buli omu nga bwali; oba, ababiri mmwe muyinza okuba n'omukwano ogugenze ewala nga mugabana n'ebyama byammwe.

Kino kye kimu n'okussa ekimu ne Katonda. Enkolagana yaffe ne Katonda okubeera ey'okussa ekimu okutuufu, Katonda alina okutumanya n'okutukkiriza. Bwe tubeera n'okussa ekimu ne Katonda okugenze ewala, tetujja kulwala wadde okubeera abanafu, era tewali kintu kyonna kye tutajja kufunirako kyakuddibwaamu. Katonda ayagala okuwa abaana Be ebisingayo byokka, era atugamba mu Kyamateeka olw'okubiri 28 nti bwetugondera Katonda waffe mu byonna era ne tugoberera ebiragiro Bye n'obwegendereza, tujja kubeera n'omukisa bwe tuyingira n'omukisa nga tufuluma; tujja kuwola so si kuwolebwa; era tujja kubeera mutwe so si mukira.

## Ba Taata b'okukkiriza abaalina Okussa ekimu ne Katonda Okutuufu

Kussa kimu kwa kika ki Daudi kwe yalina ne Katonda okutuuka okugamba nti "yali ng'omutima gwange bwe gwagala" (Ebikolwa By'abatume 13:22)? Daudi yayagala nnyo Katonda, ng'amutya, era nga yeesigama ku Katonda yekka obudde bwonna. Bwe yali ng'adduka Saulo oba ng'agenda okulwana mu lutalo, ng'omwana bw'abuuza kimu ku kimu bazadde be kiki kyalina okukola, Daudi yabuuzanga, "Ngende? N'agenda wa?" era n'akolanga nga Katonda bwe yamulagiranga. Era, Katonda y'awanga Daudi eby'okuddamu ebirambuluddwa obulungi, era Daudi bwe yakolanga nga Katonda bwe yamugambanga ng'afuna obuwanguzi ku buwanguzi (2 Samwiri 5:19-25).

Daudi yasobola okweyagalira mu nkolagana ennungi ne Katonda kubanga, n'okukkiriza kwe, Daudi yasanyusa Katonda. Eky'okulabirako, mu myaka egyasooka eky'obufuzi bwa Kabaka

Saulo, Aba firisuuti baalumba Isiraeri. Abafirisuuti baali bakulembeddwamu Goliyaasi, era baasekerera eggye ly'aba Isiraeri ne bavvoola, n'okwogera obubi ku linnya lya Katonda. Kyokka, nga teri n'omu okuva mu nkambi y'aba Isiraeri eyali y'eng'anga Goliyaasi. Mu kiseera ekyo, wadde yali akyali muto, Daudi yagenda ne yeesimba mu Goliyaasi nga talina kyakulwanyisa kyonna okujjako amayinja ataano ge yajja mu luzzi kubanga yali akkiririza mu Katonda wa Isiraeri Asinga Amaanyi era ng'akkiriza nti olutalo olwo lwali lwa Katonda (1 Samwiri 17). Katonda yakikola ejjinja lya Daudi ne likuba ekyenyi kya Goliyaasi. Nga Goliyaasi amaze okufa, ebintu byakyuka, era Isiraeri n'efuna obuwanguzi bwonna.

Olw'okukkiriza kwe okunywevu, Daudi yayitibwa Katonda nti "omusajja eyalina omutima ng'ogwange", era nga taata n'omwana abaagalana ennyo bwe bayinza okuteesa, Daudi yasobola okufuna ebintu byonna nga Katonda ali ku ludda lwe.

Baibuli era etugamba nti Katonda yayogera ne Musa maaso ku maaso. Okugeza, Musa bwe yasaba Katonda nga teyeetya amulage amaaso Ge, Katonda yali ayagala okumuwa buli kimu kye yasaba (Okuva 33:18). Musa yasobola okubeera n'enkolagana ey'amaanyi ne Katonda?

Nga Musa yakaggya aba Isiraeri mu Misiri, yasiiba era n'awuliziganya ne Katonda okumala ennaku amakumi ana waggulu ku kasozi sinaayi. Musa bwe yadda, olw'okuba yali aluddeyo, aba Isiraeri baakola ekifaananyi ne batandika okukisinza. Bwe yalaba kino, Katonda n'agamba Musa nti yali wakuzikiriza aba Isiraeri olwo afuule Musa eggwanga eddene" (Okuva 32:10).

Mu kiseera kino, Musa ne yeegayirira Katonda: "Oleke obusungu bwo obukambwe, ojjulukuke oleke obubi obwo eri abantu bo" (Okuva 32:12). Olunaku olwaddako, yasaba Katonda nate: "Woo, abantu abo bayonoonye ekyonoono ekinene, ne beekolera bakatonda aba zaabu. Naye kaakano, bw'onoosonyiwa ekyonoono kyabwe, naye bw'otoobasonyiwe, onsangule nze, nkwegayiridde, mu kitabo kyo kye wawandiika!" (Okuva 32:31-32) Essaala ezo zombi nga zaali zijjudde okwagala era nga z'amazima!

Era, tusanga mu Kubala 12:3, "Era omusajja Musa yali muwombeefu nnyo, okusinga abantu bonna abaali ku nsi yonna." Okubala 12:7 wasoma, "Omuddu wange Musa si bw'ali bw'atyo; oyo mwesigwa mu nnyumba Yange yonna." N'okwagala kwe okungi n'omutima omuwombeefu, Musa yali asobola okubeera omwesigwa mu byonna mu nyumba ya Katonda era ne yeeyagalira mu nkolagana ey'amaanyi ne Katonda.

## Emikisa gy'Abantu abatambulira mu Kitangaala

Yesu, eyajja ku nsi ng'ekitangaala ky'ensi, yasomesa abantu mazima gokka n'enjiri ey'eggulu. Wabula abantu abaali wansi w'emirimu gy'ekizikiza abaali aba Setaani, tebasobola kutegeera kitangaala ne bwe kyanyonyolwa. Mu kuwakanya kwabwe, abantu mu nsi ey'ekizikiza baali tebayinza kukkiriza kitangaala oba okufuna obulokozi, wabula ne bakwata ekkubo ery'okuzikirira.

Abantu ab'emitima emirungi baalaba ebibi byabwe, ne beenenya, era ne batuuka mu bulozi okuyita mu kitangaala eky'amazima. Nga bagoberera okuyaayaana kw'omwoyo Omutukuvu, n'abo bazaala omwoyo buli lunaku era ne batambulira mu kitangaala. Okubulwa amagezi oba obusobozi ku ludda lwabwe tekikyali kizibu. Bajja kuteekawo okussa ekimu ne Katonda oyo ekitangaala, era bafune eddoboozi n'okukuumibwa Omwoyo Omutukuvu. Olwo buli kimu kijja kutambula bulungi era bajja kufuna amagezi okuva mu ggulu. Wadde balina ebizibu ebibeezingiridde nga nabbubi, tewali kiyinza kubagaana kugonjoola bizibu ebyo tewali nkonge eziyinza kwekiika mu kkubo lyabwe kubanga Omwoyo Omutukuvu ajja kubalung'amya ye yennyini mu lugendo lwonna.

Nga 1 Bakkolinso 3:18 bwe watukubiriza, "Omuntu yenna teyeerimbanga. Omuntu yenna bwe yeerowoozanga okuba omugezi mu mmwe mu mirembe gino, afuukenga musiru, alyoke afuuke omugezi," tulina okukitegeera nti amagezi g'ensi buba busirisiru mu maaso ga Katonda.

Era, nga Yakobo 3:17 bwatugamba, "Naye amagezi agava waggulu okusooka malongoofu, nate ga mirembe, mawombeefu, mawulize, agajjudde okusaasira n'ebibala ebirungi, agatalina kwawula, agatalina bunnanfuusi." Bwe tutuukiriza okwetuza ne tugenda mu kitangaala, amagezi okuva mu ggulu gajja ku tukkako. Bwe tutambulira mu kitangaala, naffe tujja kutuuka ku mutendera kwe tujja okubeerera abasanyufu ne bwe tuba nga tetulina, era ne tutawulira nti tulina bye tutalina newakubadde nga ddala tulina bye twetaaga.

Omutume Paulo ayogera mu Bafiripi 4:11, "Si kubanga njogera olw'okwetaaga: kubanga nnayiga, embeera gye mbaamu yonna, obutabaako kye nneetaaga." Bwe kityo bwe kiri, bwe tutambulira mu kitangaala tujja kutuukiriza eddembe lya

Katonda, nga eddembe lino n'essanyu bijja kubuukira mu ffe era bikulukutire okuva mu ffe. Abantu ababeera n'emirembe n'abalala tebajja kuyomba oba okulwana n'abantu ab'omu maka gaabwe. Wabula, okwagala n'ekisa bwe bikulukuta okuva mu mitima gyabwe, okwebaza tekujja kuva ku mimwa gyabwe.

Era, bwe tutambulira mu kitangaala era ne tufaanana Katonda nga bwe tusobola, nga bwatugamba mu 3 Yokaana 1:2, "Omwagalansaba obeerenga bulungi mu bigamboo byonna era obeerenga n'obulamu, ng'omwoyo gwo bwe gubeera obulungi," ddala tujja tetujja kufuna mikisa egy'okukulaakulana mu buli kimu gyokka, wabula n'obuyinza, obusobozi, n'amaanyi ga Katonda ng'ono ye Kitangaala.

Paulo bwe yasisinkana Mukama era n'atambulira mu kitangaala, Katonda yamusobozesa okulaga amaanyi ag'ewunyisa ng'omutume eri Bannamawanga. Wadde Suteefano ne Firipo tebaali bannabbi oba omu ku bayigirizwa ba Yesu, Katonda yakola ebintu ebikulu okuyita mu bo. Mu bikolwa by'abatume 6:8, tusanga "Sutefano bwe yajjula ekisa n'amaanyi n'akola amagero n'obubonero obunene mu bantu." Mu Bikolwa by'abatume 8:6-7, era tusanga, "Ebibiina ne biwulira n'omwoyo gumu ebigambo Firipo by'ayogedde, bwe baawulira ne balaba eby'amagero ge yakolanga. Kubanga bangi ku bo abaaliko dayimooni, ne babavangako nga bakaaba n'eddoboozi ddene: ne bawonanga bangi abaali abalwadde okukoozimba n'abalema."

Omuntu asobola okulaga amaanyi ga Katonda gyakoma okwetukuza ng'atambulira mu kitangaala n'okufaanana Mukama. Waliwo abantu batono ddala abalaga amaanyi ga Katonda. Kyokka, ne mw'abo abasobola okulaga amaanyi Ge, obungi bw'amaanyi agalagibwa bwawukana okuva ku muntu omu okudda ku mulala okusinziira ku kyenkana ki omuntu kyali mu kufaanana Katonda nga kye kitangaala kye nnyini.

### Ntambulira mu Kitangaala?

Okusobola okufuna emikisa egy'ewuunyisa egigonobolebwa ku abo abatambulira mu kitangaala, buli omu alina okusooka okwebuuza n'okwekebera nti, "Ddala ntambulira mu kitangaala?"

Wadde tolina kizibu kiri awo nti ki kino, olina okwekebera olabe oba ng'obulamu bw'obadde otambuliramu bubadde "bwakibogwe" mu Kristo, oba obadde tolung'amizibwa Mwoyo Mutukuvu. N'olwekyo, olina okuzukuka mu ttulo otw'omwoyo.

Bw'oba ng'olina obubi bwe weegyeko, tolina ku matira; ng'omwana bw'akula n'afuuka omuntu omukulu, olina n'okutuuka ku kukkiriza kw'abataata b'okukkiriza. Olina okubeera n'okussa ekimu okw'ebuziba ne Katonda.

Bw'oba ng'odduka eri okutukuzibwa, olina okuzuula n'ekibi ekisingirayo ddala obutono ekikyasigadde mu ggwe okisigukululemu. Gy'okoma okuba n'obuyinza n'okuba omukulu, gyolina okukoma okuweereza n'okunoonyeza abalala ebyo bye baagala. Abalala, omuli n'abo abali wansi wo, bwe boogera ku nsobi yo, olina okugikkiriza. Mu kifo ky'okubakyawa oba okuwulira obubi n'okubeggyako abo abawaba okuva ku kkubo ery'omuntu ne bakola obubi, mu kwagala n'ekisa olina okubagumiikiriza era n'obutabawuliza bubi. Tolina kusalira balala musango. Oba tolina kulaba balala nti babi nga weeyita omutuukirivu oba okwonoona emirembe.

Ndaze n'okuwa okwagala eri abo abato, abaavu, n'abatalina maanyi. Ng'abazadde abasinga okulabirira abaana baabwe abanafu n'abalwadde okusinga ku balamu, n'asabira nnyo okusinga abantu abali mu mbeera ezo, Si begyangako, era ng'ezezzaako okubaweereza okuva ku ntobo y'omutima gwange. Abo abatambulira mu kitangaala balina okuba n'okusaasira n'eri abo abantu abakoze ebibi ebinene, era ne basobola okubasonyiwa era ne babikka ebibi byabwe mu kifo ky'okubyanika.

Ne mu kukola emirimu gya Katonda, tolina kweraga na by'okoze oba by'otuukirizza, wabula olina okusiima n'okufuba kw'abalala b'obadde okola n'abo. Okufuba n'emirimu gyabwe bwe bisiimibwa, olina okukisanyukira n'okukisiima.

Lowooza ku ngeri Katonda gyayinza okwagalamu abaana Be abo abalina emitima egifaanana ogwa Mukama waffe! Nga bwe yatambula ne Enoka okumala emyaka 300, Katonda ajja kutambula n'abaana Be abo abamufaanana. Era, tajja kukoma kukubawa by'amagero bya bulamu byokka, na buli kimu okuba nga kibatambulira bulungi, wabula n'okubawa amaanyi Ge ng'ajja kubakozesa ng'ekibya eky'omuwendo.

N'olwekyo, ne bw'oba olowooza nti olina okukkiriza era nti oyagala Katonda, ddamu weekebere olabe okwagala kwo n'okukkiriza byolina oba anaabikkiriza, era otambulire mu kitangaala obulamu bwo busobole okukulukutira mu bukakafu bw'okwagala Kwe wamu n'okussa ekimu Naye, mu linnya erya Mukama waffe Yesu Kristo Nsabye!

*Obubaka 5*
# Amaanyi eg'Ekitangaala

**1Yokaana 1:5**

*Kino kye kigambo kye twawulira ekyava mu Ye era kye tubuulira mmwe, nga Katonda gwe musana, so mu Ye ekizikiza temuli n'akatono*

Mu Baibuli, mulimu embeera nnyingi abantu abatabalika mwe baafunira obulokozi, okuwonyezebwa, n'okuddamu okuyita mu mirimu gy'amaanyi ga Katonda egy'ewunyisa egyalagibwa Omwana We Yesu. Yesu bwe yalagiranga, buli kika kya ndwadde kyawonerangawo n'obunafu bwatereeranga era omuntu n'addawo bulungi.

Abazibe nga balaba, bakasiru ne boogera, bakiggala ne bawulira. Omusajja eyalina emikono egy'efunye n'awonyezebwa, n'abalema ne baddamu okutambula, abakozimbye ne bawona. Era, emyoyo emibi n'egigobebwa mu bantu n'abafu ne bazuukira.

Amagero gano eg'emirimu egy'amaanyi ga Katonda tegalagibwa Yesu yekka, wabula ne bannabbi bangi ab'omu biseera by'Endagaano Enkadde saako abatume mu biseera by'Endagaano Empya. Wabula endaga y'abannabbi ey'amaanyi ga Katonda n'abatume teyinza kwenkana ya Yesu. Wabula wadde guli gutyo, eri abantu abaafanana Yesu ne Katonda Yennyini, Y'abawa amaanyi era n'abakozesa ng'ebibya Bye. Katonda nga Ye kitangaala yalaga amaanyi Ge okuyita mu ba dinkoni nga Suteefano ne Firipo kubanga baatuukiriza okwetukuza nga batambulira mu kitangaala n'okufaanana nga Mukama.

## Omutume Paulo Yalaga Amaanyi Mangi okutuuka n'okutwalibwa nga "Katonda"

Mu bantu bonna ab'ogerwako mu Ndagaano Empya, Endaga y'amaanyi ga Katonda ey'Omutume Paulo yali ya kubiri ng'ovudde ku ya Yesu. Yabuulira enjiri eri Abamawanga, abaali tebamanyi Katonda, obubaka obw'amaanyi obwali buwerekerwako obubonero n'ebyewunyo. N'amaanyi ag'ekika kino, Paulo yasobola okujulira Katonda Omu omutuufu ne Yesu Kristo.

Okuva lwe kiri nti okusinza ebifaananyi n'oku n'okusamira byali bingi ebiseera ebyo, wateekwa okuba nga waaliwo abantu mu b'Amawanga abaatwalirizanga abalala. Okubuulira enjiri eri abantu ng'abo, okulaga emirimu egy'amaanyi ga Katonda agasukuluma ku amaanyi g'abakatonda abalala n'emyoyo emibi kwali kwetaagisa (Abaruumi 15:18-19).

Okuva mu Bikolwa by'abatume 14:8 okweyongerayo tusanga omutume Paulo ng'abuulira enjiri mu kitundu ekiyitibwa Lisitula. Paulo yalagira omusajja eyali talina maanyi mu bigere okuva mu lubuto lwa nnyina, "Yimirira ku bigere byo weegolole!" omusajja n'ayimuka n'abuuka (Ebikolwa 14:10). Abantu bwe baalaba kino, ne boogera nti, "Bakatonda basse gye tuli nga bafaanana abantu." (Ebikolwa 14:11). Mu bikolwa by'abatume 28 tusanga omutume Paulo ng'atuuka ku kizinga ky'e Merita ng'ekyombo kyabwe kimaze okwonoonebwa amayengo. Bwe yakung'anya omuganda gw'obuku n'abuteeka ku muliro, embalasaasa, eyabuddukamu olw'ebbugumu, n'eyeeripa ku mukono gwe. Bannagwanga bwe baalaba kino, ne balowooza nti essaawa yonna ajja kuzimba oba okutondoka agwe eri afe, naye bwe baalaba nga tewali kituuse ku Paulo, abantu ne bagamba nti katonda (olu. 6).

Kubanga omutume Paulo yalina omutima omulongoofu mu maaso ga Katonda, yali asobola okulaga emirimu gy'amaanyi ga Katonda, abantu kye baava bamuyita "katonda".

## Amaanyi ga Katonda oyo Ekitangaala

Amaanyi tegagabibwa olw'okuba omuntu ag'egomba; gaweebwa abo bokka abafaanana Katonda era nga batuukirizza okwetukuza. N'olwaleero, Katonda anoonya abantu basobola okuwa amaanyi Ge abakozese ng'ebibya eby'ekitiibwa. Yensonga lwaki mu Makko 16:20 watujjukiza nti, "Ne bafuluma, ne babuulira wonna wonna, Mukama waffe ng'akoleranga wamu nabo era ng'anyweza ekigambo mu bubonero obwakiddiriranga." Yesu era n'agamba mu Yokaana 4:48, "Bwe mutaliraba bubonero n'eby'amagero temulikkiriza n'akatono."

Okusobola okuzza abantu abatabalika eri obulokozi kyetaaga

amaanyi okuva mu ggulu ago agasobola okulaga obubonero n'eby'amagero, era ekivaamu gaweesa Katonda omulamu ekitiibwa. Mu mirembe gino ekibi mwe kyegiriisiza, obubonero n'ebyamagero byombi byetaagisa nnyo ddala.

Bwe tutambulira mu kitangaala era ne tufuuka omwoyo gumu ne kitaffe Katonda, tusobola okulaga amaanyi nga Yesu ge yalaga. Kino kiri bwe kityo lwa kuba mukama waffe yatusuubiza nti, "Ddala, ddala, mbagamba nti Akkiriza nze emirimu gye nkola nze, naye aligikola, era alikola egisinga egyo obunene, kubanga nze ng'enda eri Kitange" (Yokaana 14:12).

Omuntu yenna bwalaga ekika ky'amaanyi eg'ensi ey'omwoyo nga tegandisobose okujjako nga g'ava eri Katonda, olwo g'alina okutwalibwa nga ddala ga Katonda. Nga Zabuli bwe 62:11 bwe watujjukiza, "Katonda yayogera omulundi gumu; mpulidde bwe ntyo emirundi ebiri; nga Katonda ye nannyini buyinza," omulabe Setaani tasobola kulaga kika ky'amaanyi ago agava eri Katonda. naye olw'okuba, bitonde bya mwoyo birina amaanyi mangi ko agasobola okubuzaabuza abantu n'okubaleetera okuwakanya Katonda. Naye ng'ekintu kimu ekisigala nga kikulu: tewali kitonde kyonna kiyinza kufaananya maanyi ga Katonda, ag'o gaakozesa okufuga obulamu, okufa, emikisa, ebikolimo, n'ebyafaayo by'omuntu, era ne gatonda ekintu awatali ku kijja mu kirala. Amaanyi g'ava mu bwakabaka bwa Katonda oyo nga kye kitangaala, era nga gasobola kulagibwa abo bokka abatuukirizza okwetukuza era ne batuuka ku kigera kya Yesu Kristo eky'okukkiriza.

## Enjawulo mu Buyinza bwa Katonda, Obusobozi, n'amaanyi

Bwe tuba twogera ku busobozi bwa Katonda, abantu bangi b'enkanyankanya obuyinza ku maanyi, oba obusobozi ku maanyi; wabula, waliwo enjawulo wakati w'ebisatu bino.

"Obusobozi" g'emaanyi g'okukkiriza ng'ekintu ekitasoboka kukoleka muntu, ye Katonda akisobola. "Obuyinza" g'emaanyi ag'oyo Yekka, ag'awagulu era ag'ekitiibwa, Katonda ge yateekawo, era mu nsi ey'omwoyo embeera y'obutabaawo kibi ge maanyi. Kwe kugamba, obuyinza kwe kwetukuza kwennyini, era abo abaana ba Katonda abeetukuzizza ne begirako ddala obubi n'agatali mazima mu mitima gyabwe basobola okufuna obuyinza obw'omwoyo.

Olwo, "amaanyi" kye ki? Kitegeeza obusobozi n'obuyinza bwa Katonda byateeka ku abo abeewaze buli kika kya bubi era ne bafuuka abeetukuzizza.

Twala kino ng'eky'okulabirako. Omuvuzi w'ekidduka bw'aba "n'obusobozi" obuvuga ekidduka, awo omusirikale w'okuluudo abeera alung'amya emmotoka yabeera "n'obuyinza" okusalirawo emmotoka yonna. Obuyinza buno – obw'okusalirawo emmotoka oba ebeere ku luguudo oba nedda – omusirikale w'ebidduka ono bwamuweebwa Gavumenti. N'olwekyo, wadde omuvuzi w'emmotoka alina "obusobozi" okuvuga ekidduka, engeri gyatalina "buyinza" bwa musirikale wa ku luguudo, ofiisa bwamugamba nti ayimirire oba okugenda alina okukigondera.

Mu ngeri eno, obuyinza n'obusobozi byanjawulo, era obuyinza n'obusobozi bwe bigatibwa, tukiyita maanyi. Mu Matayo 10:1, tulaba "Yesu bwe yayita abayigirizwa be ekkumi n'ababiri n'abawa obuyinza ku dayimooni omubi, okumugobanga, n'okuwonyanga endwadde zonna n'obunafu bwonna." Amaanyi gazingiramu byombi "obuyinza" okugoba emyoyo emibi ne "obuyinza" okuwonya endwadde zonna n'obunafu.

## Enjawulo wakati w'Ekirabo eky'okuwonya n'Amaanyi

Abo abatamanyidde maanyi ga Katonda nga ye kitangaala batera okugafaananya n'ekirabo eky'okuwonya. Ekirabo eky'okuwonya mu 1 Bakolinso 12:9 kitegeeza omulimu ogw'okwokya obuwuka obuvaako endwadde. Tekisobola kuwonya buggavu bw'amatu oba obutayogera ebiva ku kwonooneka kw'ebitundu by'omubiri oba okufa kw'obusimu mu mubiri. Ebika by'endwadde ng'ezo n'obunafu bisobola kuwonyezebwa maanyi ga Katonda gokka n'okusaba okw'okukkiriza okwo okumusanyusa. Era, amaanyi ga Katonda nga kye kitangaala galabisibwa obudde bwonna, ekirabo eky'okuwonya tekikola buli budde.

Ku ludda olumu, Katonda agabira abantu ekirabo eky'okuwonya, nga tafudde ku kyenkana ki abantu gye bakomye okutukuza omutima, tafuddeyo oba omuntu ayagala abalala n'okubasabira oba okufaayo ku mwoyo gwabwe, nti oba wadde akiwe abo Katonda batwala nti bavumu nti era bibya bya mugaso. Kyokka, ekirabo eky'okuwonya bwe kikozesebwa mu ngeri enkyamu etali ya kugulumiza Katonda nga kikozesebwa olw'obulungi bw'omuntu, Katonda ateekwa kukizaayo.

Ku ludda olulala, amaanyi ga Katonda gaweebwa abo bokka abatuukiriza okwetukuza okw'emitima; bwe gaweebwa, tegakendeera wadde okuwotoka kubanga eyagafuna tasobola kugakozesa nga yeenoonyeza bibye. kyokka, omuntu gyakoma okufaananya Mukama omutima, n'obungi bw'amaanyi ga Katonda ag'amuweebwa gye bukoma. Omutima n'empisa z'omuntu bwe bifuuka ebimu n'ebya Mukama, asobola n'okulaga emirimu egy'amaanyi ga Katonda gye nnyini Yesu gye yalaga.

Waliwo enjawulo mu ngeri amaanyi ga Katonda gye galagibwaamu. Ekirabo ky'okuwonya tekisobola bulwadde bw'amaanyi wadde endwadde etatera kulabikalabika era nga kiba kizibu eri abo abalina okukkiriza okutono okuwonyezebwa omuntu alina ekirabo eky'okuwonya. Wabula, olw'amaanyi ga Katonda nga ye kitangaala, tewali kitasoboka. Omulwadde ne bwalaga okukkiriza kutono bwe kuti, okuwona olw'amaanyi ga Katonda kutuukawo mangu ddala. Wano, "okukkiriza" okwogerwako kwe kwo okw'omwoyo ng'omuntu akkiriza okuva mu nda mu mutima gwe.

## Emitendera Ena egy'Amaanyi ga Katonda oyo Ekitangaala

Okuyita mu Yesu Kristo nga y'omu Jjo ne leero, oyo yenna atwalibwa nti kibya ekisaanidde mu maaso ga Katonda ajja kulaga amaanyi Ge.

Waliwo emitendera mingi egy'enjawulo mu kulaga amaanyi ga Katonda. Gy'okoma okutuukiriza omwoyo, n'omutendera ogw'amaanyi agawaggulu gy'onookoma okugufuna. Abantu ng'amaaso gaabwe ag'omwoyo gagguddwaawo babeera balaba enjakayakana y'ekitangaala nga yanjawulo okusinziira ku buli omu omutendera ogw'amaanyi ga Katonda gwaliko. Abantu ng'ebitonde basobola okulaga amaanyi ga Katonda okutuuka ku mitendera ena egy'amaanyi ga Katonda.

*"Nnakulukusanga amaziga emisana n'ekiro.
Ate nga nnumwa nnyo
abantu bwe baantunuuliranga
'ng'omwana alina SIRIIMU.'"*

*Mukama yamponya
n'amaanyi Ge
n'awa abantu bange enseko.
Ndi musanyufu nnyo essaawa eno!*

Esteban Juninka owe Honduras, eyawonyezebwa SIRIIMU

*Omutendera ogusooka ogw'amaanyi kwe kulaga amaanyi ga Katonda n'ekitangaala ekimyumu nga gano gazikiriza n'omuliro og'Omwoyo Omutukuvu.*

Omuliro ogw'Omwoyo Omutukuvu oguwanduddwa okuva ku mutendeera ogusooka ogw'amaanyi agalagibwa n'ekitangaala ekimyufu gw'okya n'okuwonya endwadde omuli endwadde - ezireetebwa obuwuka. Obulwadde omuli kansa, endwadde ez'amawuggwe, sukaali, kansa w'omu musaayi, endwadde y'ensigo, endwadde y'amagulu, ey'omutima, ne SIRIIMU zisobola okuwonyezebwa. Wabula, kino tekitegeeza nti endwadde ezo zonna waggulu zisobola okuwonyezebwa ku mutendera ogusooka ogw'amaanyi. Abo abasusse ku nsalo y'obulamu Mukama gye yateekawo, gamba nga mu mutendera gwa kansa ogusembayo oba endwadde y'amawuggwe, omutendera ogusooka ogw'amaanyi tegusobola kumala.

Okuzzaawo ebitundu by'omubiri ebyonooneddwa oba ebitakyasobola kukola bulungi kyetaaga amaanyi mangiko ago agatajja kuwonya kyokka wabula n'okuzimba ebitundu by'omubiri ebipya. Ne mu mbeera nga ezo, obungi bw'okukkiriza omulwadde bw'alaga n'obungi bw'okukkiriza ab'oluganda lw'omulwadde bwe balaga n'okwagala kwe balaga gyali bijja kusalawo omutendera Katonda kwanaalagira amaanyi Ge.

"Nnalaba omusana...
Nnamala ne nfuluma
mu mukutu omuwanvu gwe
nnamalamu emyaka ekkumi n'ena...
Amaanyi gaali gampedde,
naye nnazaalibwa buto
olw'amaanyi ga Mukama!"

Shama Masaz ow'e Pakistan,
eyawonyezebwa dayimooni eyamumalako emyaka 14

Okuva lwe nnatandikawo ekanisa ya Manmin Enkulu, wabaddewo okulagibwa okw'amaanyi ga Katonda okutabalika ku mutendera ogusooka. Abantu bwe baagonderanga ekigambo kya Katonda era ne basabirwa, endwadde eza buli kika kazibe nzibu zitya nga ziwonyezebwa. Abantu bwe baakwatanga mu ngalo zange oba ne bakwata ku kirenge ky'engoye zange, ne basabirwa okuyita mu katambaala k'embeera nsabidde, n'essaala ezibeera zikwatiddwa ku butambi bw'essimu, oba bwe nnasabiranga ekifaananyi ky'omulwadde, tuzze tulaba okuwonya kwa Katonda buli kadde.

Omulimu ku mutendera ogusooka ogw'amaanyi tegulina kkomo ku kusaanyaawo n'omuliro ogw'Omwoyo Omutukuvu. Ne bwe k'aba akaseera katono, omuntu bw'asaba mu kukkiriza era n'akibwako, era n'atwalibwa, wamu n'okujjula Omwoyo Omutukuvu, omuntu yenna asobola okulaga emirimu egy'amaanyi ga Katonda eminene. Kyokka, kino kibaawo kiseera buseera era nga si bukakafu obwa'amaanyi ga Katonda ag'olubeerera, agatukawo olwo lwokka nga okwagala Kwe bwe kuba.

**Omutendera ogw'okubiri ogw'amaanyi kwe kulaga amaanyi ga Katonda n'ekitangaala ekya Bbululu.**

Malaki 4:2 watugamba, "Naye mmwe abatya erinnya lyange, enjuba ey'obutuukirivu eribaviirayo ng'erina okuwonya mu biwaawaatiro byayo; kale mulifuluma ne muligita ng'ennyana ez'omu kisibo." Abantu ng'amaaso gaabwe ag'omwoyo magule basobola okulaba ebimyanso eby'okuwonya.

Omutendera ogw'okubiri ogw'amaanyi gugobawo ekizikiza ne guwonya abantu abaawambibwa emizimu, abo abafugibwa Setaani, n'abo abafugibwa ebika bya dayimooni ow'enjawulo. Obulwadde bw'obwongo obw'enjawulo obuva ku maanyi g'ekizikiza, omuli okutegeera empola, obusimu okuba nga tebukola bulungi, n'ebirala biwonyezebwa amaanyi ag'okumutendera ogw'okubiri.

Ebika by'endwadde zino bisobola okwewalika singa "Tuba basanyufu bulijjo" era "ne twebaza mu buli mbeera." Mu kifo ky'okuba omusanyufu bulijjo n'okwebaza mu buli mbeera zonna, ojjuza bukyaayi, n'okutereka ekiruyi ku balala, n'oyagaliza bubi buli kiseera, era ng'osunguwala mangu, olwo osobola okuba omwangu okukwatibwa endwadde ez'ekikula ekyo. Amaanyi ga Setaani, agaleetera omuntu okuba n'endowooza embi n'omutima, bwe gagobebwa, ezo zonna endwadde z'okubwongo zijja kuwonyezebwa zokka.

Bulijjo, olw'amaanyi ga Katonda ag'okumutendera ogw'okubiri, endwadde z'omubiri n'obunafu biwonyezebwa. Endwadde ng'ezo n'obunafu ezireetebwa emirimu gya dayimooni n'omulabe setaani ziwonyezebwa ekitangaala eky'omutendera ogw'okubiri ogw'amaanyi ga Katonda. Wano, "obunafu" tuba tutegeeza okufa n'okusanyalala kw'ebitundu by'omubiri, nga mu abo bakasiru, bakiggala, abalema, abazibe b'amaaso, abaakozimba okuva mu buto, n'ebiringa ebyo.

Okuva mu Makko 9:14 n'okweyongerayo tulaba Yesu ng'agoba "dayimooni omuggavu w'amatu era atayogera" okuva mu mulenzi eyali tayogera (olu. 25). Omulenzi ono dayimooni eyamulimu ye yamuziba amatu n'okumusiba omumwa. Yesu bwe yagoba omwoyo guno omubi, omulenzi n'atereererawo amangu ago.

Mu ngeri y'emu, ekivaako endwadde bwe g'aba ng'amaanyi ga kizikiza, omuli emizimu, emyoyo egyo emibi girina kugobebwa omulwadde n'asobola okuwona. Omuntu bw'aba n'obulwadde mu lubuto ng'ebyenda biremeddwa okukola omulimu gwabyo, ekikireeta kirina okukulibwaayo ng'amaanyi ga Setaani gagobebwa. Mu ndwadde ez'ekikula ekyo nga okusanyalala n'obulumi bw'amagulu, emirimu egy'amaanyi n'ebyasigalira eby'ekizikiza bisobola n'abyo okusangibwamu. Olumu, abasawo bayinza okukebera ne batasanga kiruma mulwadde, naye ng'ate omuntu alina obulumi munda mu mubiri gwe. Bwe Nsabira omuntu alumwa mu ngeri eno, abalala abo amaaso gaabwe ag'omwoyo amaggufu batera okulaba amaanyi g'ekizikiza agalinga ebisolo eby'omuzizo nga g'ava mu muntu oyo.

*"Ai, Katonda! Kino kisoboka kitya? Ddala kisoboka kitya nti nsobola okutambula?"*

Omukyala omukadde munna Kenya yatandika kutambula ng'asabiddwa omusumba eyali ku kituuti

Okwongereza ku maanyi g'ekizikiza agasangibwa mu ndwadde n'obunafu, omutendera gw'amaanyi ga Katonda ogw'okubiri, ng'oyo kye kitangaala, gasobola okugoba amaanyi g'ekizikiza agasangibwa mu maka, ku mirimu, ne mu bizinensi. Omuntu asobola okulaga amaanyi ga Katonda ag'okumutendera ogw'okubiri bwakyalira abo ababonaabona n'okuyigganyizibwa awaka, abo abalina ebizibu ku mirimu ne mu bizinensi, ng'ekizikiza kigobebwaawo ekitangaala n'ekigwa ku bantu, n'emikisa gibakkako okusinziira ku bikolwa byabwe.

Okuzuukiza abafu oba okugyawo obulamu bw'omuntu okusinziira ku kwagala kwa Katonda n'agwo guba mulimu gw'amaanyi ga Katonda ag'okumutendera ogw'okubiri. Bino wammanga ebyabaawo bigwa mu kiti kino: omutume Paulo okuzuukiza Yutuko (Ebikolwa 20:9-12); Ananiya ne Safira okulimba omutume Peetero n'ekyabaviiramu ekikolimo ky'okufa (Ebikolwa 5:1-11); ne Elisa bwe yakolimira abavubuka ekyabaviiramu okufa (2 Bassekabaka 2:23-24).

Wabula, waliwo enjawulo y'amaanyi mu mirimu gya Yesu ne gy'omutume Paulo ne Peetero saako Nnabbi Elisa. Katonda nga Mukama w'emyoyo gyonna yalina okukkiriza oba omuntu abeerawo oba atwalibwa. Kyokka, olw'okuba Yesu ne Katonda bali omu era be bamu, Yesu kye yayagalanga ne Katonda kye yayagalanga. Eno yensonga lwaki Yesu yasobola okuzuukiza abafu ng'alagira bulagizi na kigambo Kye (Yokaana 11:43-44),

*"Nnali saagala na kutumuulira mubiri gwange
ogwali gufumbiddwa gwonna ...*

*Bwe nnali nzekka,
Yajja gye ndi,
n'ampa omukono Ggwe,
era n'ansembeza Waali ...*

*Olw'okwagala Kwe n'okwewaayo
nfunye obulamu obupya...
Waliwo kye nsobola kukolera Mukama?"*

Dinkoni omukulu omukyala Eundeuk Kim,
eyawonyezebwa omuliro omubi ennyo
okuva ku mutwe okutuuka ku kigere

nga bannabbi abalala n'abatume baali balina okusaba okwagala kwa Katonda n'okukkiriza Kwe okusobola okuzuukiza omuntu yenna.

*Omutendera ogw'okusatu ogw'amaanyi kwe kulaga amaanyi ga Katonda n'ekitangaala ekyeru oba ekitangaala ekitalina langi yonna, era nga gagobererwa buli kika kya bubonero n'omulimu gw'obutonzi.*

Ku mutendera ogw'okusatu ogw'amaanyi ga Katonda nga ye kitangaala, obubonero obwa buli kika saako emirimu gy'obutonzi biragibwa. Wano, "obubonero" kitegeeza okuwonyezebwa okw'omuzibe n'alaba, kasiru n'ayogera, ne bakiggala ne bawulira. Abalema ne bayimuka ne batambula, emigulu emimpi ne giwanvuwa, n'okukozimba okw'omubuto oba ebizibu ku bwongo byonna ne bitereera. Ebitundu by'omubiri ebigenda byonooneka oba eby'onoonekedde ddala okuva mu buto ne biddizibwaawo. Amagumba agabetentuse ne gaddawo, amagumba agabulamu ne gatondebwa, ennimi enyimpi n'ezikula, n'ebinywa ne byegatta. Era, engeri ekitangaala eky'okumutendera ogusooka, ogw'okubiri, n'ogw'okusatu egy'amaanyi ga Katonda bwe giragibwa mu kiseera kye kimu ku mutendera ogw'okusatu nga bwe kiba kyetaagibwa, tewali ndwadde yonna eyinza kuleeta buzibu. Wadde omuntu ayidde okuva ku mutwe okutuuka ku kigere nga n'obutafaali bwonna saako ennyama nga biyidde, oba ng'ennyama efumbiddwa amazzi ag'esera, Katonda asobola okutonda buli kimu bupya. Nga Katonda bwasobola okutonda ekintu awatali kintu kyonna, Asobola okuzzaawo si byuma bitayogera byokka, wabula n'ebitundu by'omuntu ebitali bulungi.

Ku kanisa ya Manmin Enkulu, okuyita mu butambaala bw'embeera nsabidde oba mu bubaka obukwatiddwa ku ssimu, ebitundu by'omubiri eby'omunda ebibadde tebikola bulungi oba eby'onooneddwa obubi ennyo bidizibwaawo. Amawuggwe agakoseddwa ennyo gatereera ne nsigo saako ebibumba ebiba byetaaga okugyamu okuteekamu ebirala bitereera, ku mutendera ogw'okusatu ogw'amaanyi ga Katonda, emirimu gy'amaanyi ag'obutonzi tegiggwa kwolesebwa.

Waliwo ekikulu kimu ekitalina kutabulwa. Singa omulimu gw'ekitundu ky'omubiri ogubadde gugenda gufa gutereera, ago g'emaanyi g'omutendera ogusooka ogw'amaanyi ga Katonda. Ku ludda olulala, singa omulimu gw'ekitundu ky'omubiri ogubadde gufiiridde ddala, ne guwonyezebwa ddala, oba okutondebwa obuggya, ogwo mulimu ogw'amaanyi ga Katonda ag'oku mutendera ogw'okusatu.

*Omutendera ogw'okuna ogw'amaanyi ga Katonda ogulagibwa n'ekitangaala ekya zaabu, era nga kwekutuukirira okw'amaanyi.*

Nga bwe tulaba emirimu egy'amaanyi egy'alagibwa Yesu, omutendera ogw'okuna ogw'amaanyi ga Katonda gufuga ebintu byonna, gufuga embeera y'obudde, era ne gulagira n'ebintu ebitawulira okugonda. Mu Matayo 21:19, Yesu bwe yakolimira omutiini, tusanga nti, "Amangu ago omutiini ne guwotoka." Okuva ku Matayo 8:23 okweyongerayo Yesu bwe yaboggolera embuyaga n'amayengo, era ennyanja n'ekakkana. N'ebitonde n'ebintu ng'ebyo ebitawulira ng'embuyaga n'amayengo ku nnyanja bikakkana nga Yesu abiragidde.

Yesu lumu yagamba Peetero yeeyongereyo ebuziba w'ennyanja asuule emigonjo gyabwe bavube, era Peetero bwe yagonda, yakwata ebyennyanja bingi nnyo nnyini nti emigonjo gyabwe ne gyagala okukutuka (Lukka 5:4-6). Ku mulundi omulala, Yesu yagamba Peetero "genda ku nnyanja, osuule eddobo, onnyulule ekyennyanja ekinaasooka okubbulukuka; bw'onooyasamya akamwa kaakyo, onoolabamu esuteri; otwale eyo, ogibawe ku bwange ne ku bubwo" (Matayo 17:24-27).

Nga Katonda bwe yatonda ebintu byonna mu nsi n'ekigambo Kye, Yesu bwe yalagira ensi, yamugondera era n'ebaawo. Mu ngeri y'emu, bwe tuba n'okukkiriza okutuufu, tubeera banywevu

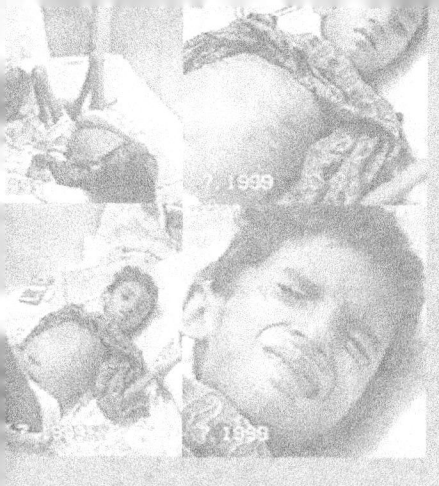

"Nga bubeera bulumi
bw'amaanyi nnyo...
Obulumi bwalinga bw'amaanyi
ddala
nga sisobola na kuggula maaso
gange...
Tewali n'omu yali amanyi kye
mali mpulira,
naye ye Mukama yali akimanyi
kyonna
era n'amponya."

Cynthia ow'e Pakistan,
eyawonyezebwa endwadde ez'omu byenda

olw'ekyo kye tusuubira n'okuba n'obukakafu olw'ekyo kye tutalaba (Abaebulaniya 11:1), era emirimu gy'amaanyi ago agatonda ebintu byonna obutabiggya mu kintu kyonna gajja kulabisibwa.

*Era, ku mutendera ogw'okuna ogw'amaanyi ga Katonda, amaanyi galabisibwa agasukuluma ku budde n'ebbanga.*

Mw'ebyo Yesu bye yalaga ebiraga amaanyi ga Katonda, ebimu ku byo byali bissukuluma obudde n'ebbanga. Okuva Makko 7:24 n'okweyongerayo tulaba omukazi eyeegayirira Yesu okumuwonyeza muwala we eyaliko dayimooni. Bwe yalaba obukakkamu bw'omukazi n'okukkiriza, Yesu n'amugamba, "Olw'ekigambo ekyo, weddireyo; dayimooni avudde ku muwala wo" (olu. 29). Omukazi bwe yaddayo ewuwe, yasanga muwala we ng'agalamizibbwa ku kitanda nga ne dayimooni amuvuddeko.

Wadde Yesu teyatuuka buli mulwadde we yali, bwe Yalabanga okukkiriza kw'omulwadde, yalagiranga, okuwona okwasukuluma obudde n'ebbanga ne kubaawo.

Yesu okutambulira ku mazzi, nga guno mulimu ogw'amaanyi gwe yalaga yekka, n'akyo kiwa obujulizi nti buli kintu kyonna mu nsi kiri wansi w'obuyinza bwa Yesu.

Era, Yesu atugamba mu Yokaana 14:12, "Ddala, ddala, mbagamba nti, akkiriza nze emirimu gye nkola nze, naye aligikola; era alikola egisinga egyo obunene ; kubanga nze ng'enda eri Kitange." Nga bwe yatusuubiza, ddala emirimu gya Katonda egy'ewuunyisa giragibwa ne ku kanisa ya Manmin Enkulu leero.

Okugeza, ebyewuunyisa eby'enjawulo omuli n'embeera y'obudde okukyuka bituukawo. Bwe nsaba, enkuba eyiika obuyiisi ekya nga nakataayi tekannasala; ekire ekikutte ennyo kivaawo; n'eggulu okutali wadde ekire, lijjula ebire mu ddakiika ntono nnyo. Wabaddewo n'emirundi mingi ebintu ebitayogera bwe bigondera essaala yange. N'omuntu ne bw'aba asise omukka ogw'obutwa, mu ddaakiika oba bbiri kasita ndagira, omuntu abadde taliimu kategeera adda engulu era n'atasigala na kintu kyonna kimutawaanya olw'okuba yasika omukka ogw'obutwa. Bwe nnasabira omulwadde eyali ayidde okuggwaawo, "okubalagalwa kw'omuliro kwagenda," omuntu n'abeera nga nga takyawulira bulumi.

Okwongereza kw'ekyo, emirimu gy'amaanyi ga Katonda ago agasukuluma obudde n'ebbanga g'ongera okutuukawo mu ngeri ey'ewuunyisa. Kati nga Cynthia, muwala wa Revulandi Wilson John Gil, omusumba omukulu ow'ekanisa ya Manmin eye Pakistani tayinza kwerabirwa. Bwe nnasabira ekifaananyi kya Cynthia mu kibuga Seoul, ekye Korea, omuwala abasawo gwe baali bavuddeko nga tebakyalabayo ssuubi, amangu ddala n'awona bwe nnamusabira bwe nti wadde yandi wala mailo ne mailo.

Ku mutendera ogw'okuna ogw'amaanyi, amaanyi ag'okuwonya endwadde, okugoba amaanyi g'ekizikiza, okulaga obubonero n'eby'amagero, n'okulagira buli kimu ne kigonda – amaanyi amagate ag'omutendera ogusooka, ogw'okubiri, ogw'okusatu, n'ogw'okuna egy'amaanyi – biragibwa.

### Amaanyi Agasingirayo ddala Ag'obutonzi

Bayibuli ewandiika ku ndaga ya Yesu ey'amaanyi ago agasukulumye kw'ago ag'oku mutendera ogw'okuna. Amaanyi Agasingirayo ddala, ag'Omutonzi. Amaanyi gano galagibwa si ku mutendera gwe gumu abantu abantu gwe basobola okulagira amaanyi Ge. Kyokka, go g'ava ku kitangaala ekyasookawo ekyaliwo nga Katonda akyaliwo yekka.

Mu Yokaana 11, Yesu yalagira Lazaalo, eyali afudde okumala ennaku nnya era ng'omubiri gwe gutandise n'okuvaamu ekivundu, "Lazaalo, fuluma ojje!" Bwe yalagira, omusajja eyali afudde n'avaayo ng'atambula, ng'azingiddwa mu mabugo amagulu n'emikono, n'ekiremba nga kisibiddwa mu maaso ge (Ennyi. 43-44).

Ng'omuntu amaze ogweggyako buli kika kya kibi, n'afuuka atukuziddwa, n'atandika okufaananye ne Kitaawe Katonda omutima, era n'akyuka okufuuka omwoyo omujjuvu, ajja kuyingira mu nsi ey'omwoyo. Gyakoma okukung'aanya amagezi ag'omwoyo, endaga ye ey'amaanyi ga Katonda gyekoma okuba eya waggulu n'essukuluma omutendera ogw'okuna.

Mu kiseera ekyo, abeera atuuse ku mutendeera ogw'amaanyi, amaanyi agayinza okulagibwa mu kutuukirira kw'ago, nga gano g'emaanyi Agasingirayo ddala Ag'obutonzi. Omuntu bwatuukiriza kino mu bujjuvu, nga Katonda bwe Yatonda buli kimu mu nsi ng'alagira, n'oyo naye ajja kulaga emirimu gye egy'ewuunyisa egy'obutonzi.

Okugeza, bw'alagira omuzibe nti, "Ggulawo amaaso olabe," amaaso g'omuzibe gajja kulabirawo. Bwalagira kasiru nti, "Yogera!" kasiru ajja kwogererawo mu bwangu. Bwalagira omulema nti, "Yimirira," omulema ajja kutambule era adduce. Bw'alagira, enkovu n'ebitundu by'omubiri ebivunda bijja kudda buggya.

Kino kituukirizibwa n'ekitangaala wamu ne ddoboozi lya Katonda, eyaliwo ng'ekitangaala n'eddoboozi ng'ebiro tebinnabaawo. Amaanyi ago ag'obutonzi agatakugirwa bwe gajja ekitangaala kituukawo n'eddoboozi, ekitangaala kikka era omulimu ne gulagibwa. Eno yengeri abantu, abo abasusse obulamu we bukoma Katonda weyabategekera, n'endwadde saako obunafu obutasobola kuwona n'omutendera ogusooka, ogw'okubiri, oba ogw'okusatu ogw'amaanyi, gye bawonyezebwamu.

### Okufuna Amaanyi ga Katonda oyo Ekitangaala

Tuyinza tutya okufaanana omutima gwa Katonda oyo ekitangaala, n'okufuna amaanyi Ge, era n'okukulembera abantu abatabalika eri ekkubo ery'obulokozi?

*Ekisooka, tetulina kukoma ku kwewala buli kika kya bubi n'okwetukuza byokka, wabula n'okufuna obulungi bw'omutima n'okuyaayaanira obulungi obusingirayo ddala.*

Bw'oba nga tewalaga mutima mubi gwonna eri omuntu oba obukyayi eri omuntu eyakubonyaabonya ennyo oba eyakukola ekibi, tuyinza okugamba nti watuukiriza omutima omulungi? Nedda, ekyo si bwe kiri. Wadde omutima gwo tegwesika wadde oba okuwulira obubi era n'olindirira byonna n'obugumira, mu maaso ga Katonda lino ly'eddaala erisooka ery'obulungi.

Ku mutendera ogwa waggulu ogw'obulung, omuntu ajja kwogera era yeeyise mu ngeri ejja okukwata kw'abo abantu abakaluubiriza obulamu bwe oba abamukola obubi. Ku bulungi obukyasingirayo ddala obwo obusanyusa Katonda, omuntu abeera alna okuwaayo n'obulamu bwe ku lw'omulabe we.

Yesu yasonyiwa abantu abaali bamukomerera era abantu abo nga tebakakiddwa batuuka okumuvaako kubanga Yalina obulungi obusingirayo ddala. Bombi Musa ne n'omutume Paulo baali beetegefu okuwaayo obulamu bwabwe ku lw'abantu abaali baagala okubatta.

Katonda bwe yali anaaterera okuzikiriza abantu ba Isiraeri, abaamugyemera nga basinza ekibumbe nga katonda, abeenulugunya ne bamunyiigia wadde baali balabye ku byubonero n'ebyewunyo ebya'maanyi Musa embeera eno yagikwatya atya? Yeegayirira Katonda n'omutima gumu: "Naye kaakano, bw'onoosonyiwa ekyonoono kyabwe; naye bw'otoosonyiwe, onsangule nze, nkwegayiridde, mu kkitabo kyo kye wawandiika!" (Okuva 32:32) Omutumu Paulo naye bwatyo bwe yali. bwe yayogera n'agamba mu Baruumi 9:3, "Kubanga nandyagadde nze mmwene okukolimirwa Kristo olwa baganda bange, ab'ekika kyange mu mubiri," Paulo yali atuukirizza obulungi obusingirayo ddala era n'olwekyo emirimu gya Katonda egy'amaanyi n'abyo byamuwerekeranga.

*Ekirala, tulina okutuukiriza okwagala okw'Omwoyo.*

Okwagala kugenze kukendeerera ddala ennaku zino. Wadde abantu bangi bagamba banaabwe nti, "Nkwagala," bwe wagenda wayitawo ekiseera, tulaba nti "okwagala" kuno okusinga kwa mubiri okukyukakyuka. Okwagala kwa Katonda kwa Mwoyo okwo okweyongera buli lukya, era kunyonyolwa mu bujjuvu mu 1 Bakkolinso 13.

Okusooka, "Okwagala kugumiikiriza [era] okwagala kulina ekisa. Era tekuba na buggya." Mukama waffe atusonyiye ebibi byaffe byonna n'ensobi, era n'aggulawo ekkubo ery'obulokozi ng'alindirira n'obugumiikiriza n'abo abatasonyiyika. Kyokka nga, ne bwe twatula okwagala kwaffe eri Mukama, twanguwa okwanjuluza ebibi n'ensobi z'abaganda baffe ne bannyinaze? Twanguwa okusalira abalala emisango n'okubanenya ekintu oba omuntu bwe tuba tetumwagala? Tubadde baabuggya eri abo obulamu bwabwe bwe butambulira obulungi oba okuwulira obubi?

Ekirala, Okwagala "tekwekulumbaza [era] tekwegulumiza" (olu.4) Wadde tulabikanga abagulumiza Mukama kungulu, bwe tuba tulina omutima ogwagala okulabibwa abalala, nga twessaawo, ne tunyooma abalala oba okubasomesa olw'ekifo kye tulimu oba obuyinza, okwo kuba kwewaana na kuba na malala.

Era, okwagala "tekukola bitasaana, tekunoonya byakwo, tekunyiiga, tekusiba bubi ku mwoyo" (olu.5). Emize gyaffe egy'ettima eri Katonda n'abantu, emitima gyaffe egikyukakyuka n'ebirowoozo ebitanywerera ku kimu, okufuba kwaffe okuba obamaanyi wadde tuba tulinyiridde abalala, okuwulira obubi olw'abalala, emize gyaffe egy'okulowooza mu bukyamu n'okwagaliza abalala obubi, n'ebiringa ebyo, tebibaamu kwagala.

Okwongereza kw'ebyo, okwagala "tekusanyukira bitali bya butuukirivu, naye kusanyukira wamu n'amazima" (olu.6). Bwe tuba n'okwagala, bulijjo tulina kutambulira n'okusanyukira mu mazima. Nga 3 Yokaana 1:4 bwe watugamba, " sirina ssanyu lingi erisinga lino, okuwulira abaana bange nga batambulira mu mazima," amazima ge galina okuba ensulo y'okusanyuka n'essanyu lyaffe.

Ekisembayo, okwagala "kugumiikiriza byonna, kukkiriza byonna, kusuubira byonna, kuzibiikiriza byonna" (olu.7). Abo abaagalira ddala Katonda batandika okutegeera okwagala kwa Katonda, bwe batyo ne bakkiriza ebintu byonna. Abantu nga batunula mu maaso era nga bakkiririza ddala mu kudda kwa Mukama waffe, okuzuukira kw'abakkiriza, empeera ez'omu ggulu, n'ebiringa ebyo, essuubi lyabwe libeera mu bintu ebya waggulu, ne bagumira buli kizibu, era ne balwana okutuukiriza okwagala kwe.

Okusobola okulaga obukakafu bw'okwagala Kwe eri abo abagondera amazima ng'obulungi, okwagala, n'ebirala nga bwe biri mu Baibuli, Katonda oyo ekitangaala abawa amaanyi Ge ng'ekirabo. Abeera Yeesunga okugonjoola wamu n'okubaddamu abo bonna abafuba okutambulira mu mazima.

N'olwekyo, nga weezuula n'okuwaayo omutima gwo, ka buli omu ayaayaana okufuna emikisa gya Katonda n'okuddamu afuuke ekibya ekitegekeddwa obulungi mu maaso Ge era alabe amaanyi ga Katonda, mu linnya erya Mukama waffe Yesu Kristo Nsabye!

*Obubaka 6*
# Amaaso g'Abazibe Gajja Kulaba

**Yokaana 9:32-33**

*Okuva edda n'edda tewawulirwanga nga waliwo omuntu eyazibula amaaso g'omuntu nga muzibe w'amaaso. Omuntu oyo singa teyava wa Katonda, teyandiyinzizza kukola kigambo*

Mu bikolwa 2:22, Omuyigirizwa wa Yesu, Peetero, ng'amaze okufuna Omwoyo Omutukuvu, yayogera eri Abayudaaya ng'akozesa ebigambo bya Nnabbi Yoweeri. "Abasajja Abaisiraeri, muwulire ebigambo bino. Yesu Omunazaaleesi, omuntu eyabalagibwa Katonda mu bigambo eby'amaanyi n'ebyamagero n'obubonero, Katonda bye yamukozanga wakati mu mmwe, nga mmwe bwe mumanyi." Endaga y'amaanyi ga Katonda n'obubonero ebya Yesu bye byali obukakafu obukakasa nti Yesu Abayudaaya gwe baakomerera ye yali Omununuzi yennyini okujja kwe nga kwali kwalangibwa mu Ndagaano Enkadde.

Era, Peetero yennyini yatuuka n'alaga amaanyi ga Katonda oluvanyuma lw'okufuna Omwoyo Omutukuvu n'okuweebwa amaanyi. Yawonya omulema eyali asabiriza (Ebikolwa 3:8), abantu ne batuuka n'okuleeta abalwadde mu makubo ne babagalamiza ku mikeeka waakiri ekisiikirize kya Peetero bwaba ayitawo kibagweko (Ebikolwa 5:15).

Engeri gye kiri nti amaanyi ye lisiiti ekakasa nti Katonda ali wamu n'oyo abeera alaga amaanyi era obukakafu obusingirayo ddala okusimba ensigo y'okukkiriza mu mitima gy'abatali bakkiriza, Katonda awadde abo baalaba nti basaanidde amaanyi.

## Yesu Awonya Omusajja Eyazaalibwa nga Muzibe

Olugero lwa Yokaana 9 lutandika nga Yesu asisinkana omusajja eyazaalibwa nga muzibe ku kkubo. Abayigirizwa ba Yesu baali bagala kumanya lwaki omusajja oyo lwaki yazaalibwa muzibe. "Labbi, ani eyayonoona, ono oba abazadde be, kye kyamuzaaza nga muzibe wa maaso?" (olu.2) mu kuddamu, Yesu yabanyonyola nti omusajja oyo yazaalibwa nga muzibe emirmu gya Katonda gisobole okulabikira ku ye (olu.3). Bwatyo n'awanda amalusu ku ttaka, n'atabula ettaka n'amalusu, n'aliteeka ku maaso ga muzibe, era n'alagira omusajja eyazaalibwa nga muzibe, "Genda, onaabe mu kidiba kya Sirowamu" (enyi. 6-7). Omusajja bwe yakola kye yagambibwa, era bwe yanaaba bwati mu kidiba kya Sirowamu, amaaso ge ne gazibuka.

Wadde mu Baibuli mulimu abantu abalala bangi Yesu be yawonya, enjawulo eri emu eyawula omusajja ono ku balala. Omusajja teyasaba Yesu kumuwonya; wabula, Yesu ye yajja eri omusajja ono era n'amuwonyeza ddala.

Olwo lwaki omusajja ono eyazaalibwa nga muzibe yafuna ekisa ekingi bwe kityo?

***Ekisooka, omusajja yali muwulize.***

Eri omuntu owa bulijjo, tewali kw'ebyo Yesu bye yakola – ng'okuwanda Kwe ku ttaka, okutabula ettaka n'amalusu, okuliteeka ku maaso g'omuzibe, n'okumugamba agende anaabe mu kidiba kya Sirowamu – bikola makulu. Amagezi amazaale tegakkiriza omuntu ng'oyo kukkiriza nti amaaso g'omuntu eyazaalibwa nga muzibe gasobola okulaba nga kuteereddwako ttaka ku maaso kyokka n'okuganaaba mbu mu kidiba. Era, singa omuntu ono yawulira ekiragiro kino nga tamanyi Yesu kye yali, ye n'abantu abasinga obungi tebandikomye ku butakkiriza kyokka, wabula n'okulaga nti banyiize. Kyokka, kino si bwe kyali ku musajja ono. Yesu bwe yalagira, omusajja yagonda n'anaaba amaaso ge mu kidiba kya Sirowamu. Era bwe kityo mu ngeri eyewuunyisa, amaaso ge agaali amazibe okuva lwe yazaalibwa, kati gaali galaba omulundi gwe ogusooka yatandika okulaba.

Bw'oba olowooza nti ekigambo kya Katonda tekikkiriziganya na magezi mazaale ag'abantu oba ebyo bye bayiseemu, gezaako okugondera ekigambo Kye n'omutima omuwombeefu nga ogw'omusajja ono omuzibe. Olwo ekisa kya Katonda kijja ku kukkako, nga bwe kyali ku musajja ono amaaso ge bwe gaazibuka, naawe ojja kulaba ebyo ebyewuunyisa.

*Eky'okubiri, amaaso ag'omwoyo ag'obutonde ag'omusajja ono omuzibe, agaali gasobola okwawula amazima ku gatali mazima, gaali galaba.*

Mu mboozi ye n'Abayudaaya ng'amaze okuwonyezebwa, tusobola okukiraba nti amaaso g'omuzibe bwe gaali tegannalaba, mu bulungi bw'omutima yali asobola okwawula obulungi ku bubi. Ekitali ku Bayudaayo, bo baali bazibe mu mwoyo, nga basibiddwa mu lukomera lw'amateeka. Abayudaayo bwe baabuuza ebisingawo kukuwonyezebwa kwe, omusajja eyali omuzibe yalangrira n'obuvumu nti, "Omuntu ayitibwa Yesu yatabula ettaka, n'ansiiga ku maaso, n'angamba nti Genda ku Sirowamu, onaabe; awo ne ng'enda, ne nnaaba, ne nzibula." (olu.11).

Mu butakkiriza, Abayudaaya bwe baagezaako okubuuza omusajja ono eyali omuzibe ekyabaddewo, "Ggwe omuyita otya kubanga yakuzibula amaaso?" omusajja n'addamu nti, " Ye nnabbi" (olu.17). Omusajja yalowooza nti Yesu okuba n'amaanyi agasobola okuwonya omuzibe, Ateekwa okuba nga yali musajja wa Katonda. Kyokka ekisesa, Abayudaaya tebakkiriza era ne bamulagira nti: "Gulumiza Katonda ffe tumanyi ng'omuntu oyo alina ebibi" (olu.24).

Kino nga tekirina makulu! Katonda taddamu kusaba kwa

mwonoonyi. Wadde okuwa omwonoonyi amaanyi okusobola okuzibula omuzibe n'okufuna ekitiibwa. Wadde Abayudaya baali tebayinza kukkiriza wadde okutegeera kino, omusajja eyali omuzibe yagenda mu maaso n'okwogera amazima: "Tumanyi nga Katonda tawulira balina bibi; naye buli muntu atya Katonda, ng'akola ky'ayagala, oyo amuwulira. Okuva edda n'edda tewawulirwanga nga waaliwo omuntu eyazaalibwa nga muzibe wa maaso. Katonda teyandiyinzizza kukola kigambo" (Enyi. 31-33).

Nga bwe waali tewabangawo maaso gatalaba gaali gazibuse okuva mu kutonda ensi, buli eyawulira amawulire g'omusajja ono ateekwa okuba nga yajaganya era n'asanyukira wamu naye. Kyokka, mu Bayudaaya basalawo kusala musango, n'okulaga obukyayi. Olw'okuba Abayudaaya baali bubi nnyo mu by'omwoyo, baalowooza nti omulimu gwa Katonda gwe nnyini kye kyali ekikolwa ate ekimuwakanya. Wabula Baibuli etugamba, nti Katonda yekka yasobola okuggula amaaso ag'aziba.

Zabuli 146:8 watujjukiza nti nti "MUKAMA azibula amaaso g'abazibe; MUKAMA ayimiriza abakutama; Mukama ayagala abatuukirivu,"kyokka mu Isaaya 29:18 watugamba,"Era ku lunaku luli omuggavu w'amatu aliwulira ebigambo by'omu kitabo, n'amaaso g'omuzibe galiraba okuva mu bytalaba ne mu kizikiza.." Isaaya 35:5 n'awo watugamba, "Awo maaso g'omuzibe w'amaaso ne galyoka gazibuka, n'amatu g'omuggavu w'amatu gali gguka." Wano, "Ku lunaku olwo" ne "Awo" bitegeeza ekiseera Yesu we yagira n'aggula amaaso g'abazibe.

Wadde ebyawandikibwa bino era nga bijjukizo byaliwo, Abayudaaya baalemera mu lukomera lwabwe olw'amateeka n'obubi, Abayudaaya tebasobola kukkiriza mulimu gwa Katonda, ogwalagibwa okuyita mu Yesu kyokka ne basalawo okugamba nti Yesu yali mwonoonyi eyajeemera ekigambo kya Katonda. Wadde omusajja eyali omuzibe teyalina kinene ky'amanyi ku mateeka, mu mutima gwe omulungi yamanya amazima: nti Katonda tawuliriza b'onoonyi. Omusajja era yamanya nti okuwonya amaaso amazibe kuyinzika na Katonda Yekka.

*Eky'okusatu, oluvanyuma lw'okufuna ekisa kya Katonda, omusajja eyali omuzibe yajja mu maaso ga Mukama era n'asalawo okutambulira mu bulamu obuddiziddwa obuggya.*

Ne gye buli eno, Ndabye emirundi mingi ng'abantu ababadde ku mugo gw'entaana bafuna amaanyi n'okuddibwamu eri ebizibu eby'enjawulo mu bulamu mu kanisa ya Manmin Enkulu. Wabula nkabira, abantu abakyusa emitima ne bwe

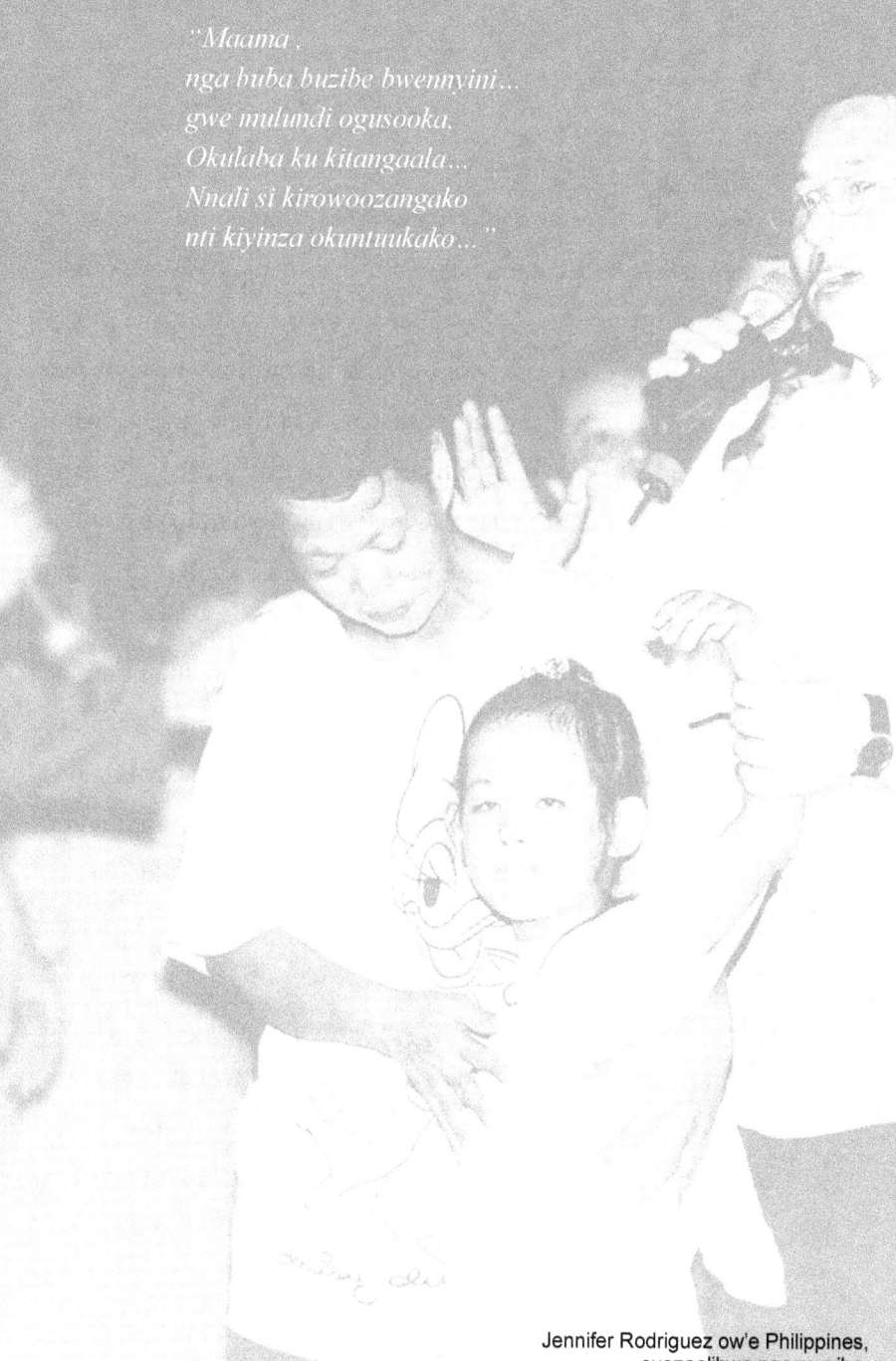

"Maama,
nga buba buzibe bwennyini...
gwe mulundi ogusooka.
Okulaba ku kitangaala...
Nnali si kirowoozangako
nti kiyinza okuntuukako..."

Jennifer Rodriguez ow'e Philippines,
eyezaalibwa nga muzibe,
kyokka n'atandika okulaba omulundi ogusooka mu myaka munaana

babeera nga baafuna ekisa kya Katonda n'abalala abava ku kukkiriza kwabwe ne baddayo mu mbeera ez'omu nsi. Obulamu bwabwe bwe bubeera mu kulumwa, abantu abo bajja mu kusaba nga bali mu maziga, "Nja kubeerawo ku lwa Mukama Yekka singa mponyezebwa." Bwe bawona ne bafuna emikisa, nga beenoonyeza byabwe abantu bano bava ku kisa ne bawaba okuva ku mazima. Wadde ebizibu byabwe eby'okungulu biba bigonjooleddwa, kiba tekigasa kubanga emyoyo gyabwe giwabye okuva ku kkubo ery'obulokozi era nga bali ku kkubo eridda mu ggeyeena.

Omusajja ono eyali yazaalibwa nga muzibe yalina omutima omulungi era yali tayinza kuva ku kisa. Eyo yensonga lwaki bwe yasisinkana Yesu, teyawonyezebwa buzibe kyokka wabula yalina obukakafu bw'eby'amagero eby'obulokozi. Yesu bwe yamubuuza, "Gwe okkiriza Omwana wa Katonda?" omusajja n'addamu nti, "Mukama wanga, Ye ani mmukkirize?" (enyi. 35-36). Yesu bwe yamuddamu nti, "Omulabye era ayogera naawe ye wuuyo," omusajja n'agamba nti, "Mukama wange, nzikirizza" (Enyi. 37-38). Omusajja teyakoma ku "kukkiriza" kwokka; yakkiriza Yesu ng'omulokozi we. Era mu kwatula kw'omusajja ono okw'amaanyi mweyamalirira okugoberera Mukama yekka n'okubeerawo ku lwa Mukama Yekka.

Katonda ayagala ffena okujja Gyali n'omutima ogw'ekika

"*Omutima gwange gwe gwantuusa mu kifo ekyo*
*...*

*Nnayaayaaniranga kisa kyokka ...*

*Katonda y'ampa ekirabo ekinene ennyo.*
*Ekisinga okunsanyusa okusinga okulaba*
*kwe kuba nti*
*Nnasisinkana Katonda Omulamu!"*

Maria ow'e Honduras,
eriiso lye erya ddyo nga lyali lyaziba
nga wa myaka ebiri gyokka,
yatandika okulaba Dr. Jaerock Lee bwe yamusabira

kino. Ayagala tumunoonye si lwakuba Awonya endwadde zaffe era n'atuwa n'omukisa. Ayagala ffe okutegeera okwagala Kwe okw'amazima okubeera nti nga tabaliridde yawaayo Omwana We omu yekka ku lwaffe era tukkirize Yesu ng'omulokozi waffe. Era, tetulina ku mwagala na mimwa gyaffe gyokka naye ne mu bikolwa byaffe eby'ekigambo kya Katonda. Atugamba mu 1 Yokaana 5:3, "Kubanga kuno kwe kwagala kwa Katonda ffe okukwatanga ebiragiro bye: era ebiragiro bye tebizitowa." Bwe tuba nga twagalira ddala Katonda, tulina okweggyako buli kimu ekibi mu ffe era tutambulire mu kitangaala bulijjo.

Bwe tusaba Katonda ekintu kyonna n'okukkiriza saako okwagala okw'ekika kino, ayinza atya obutatuddamu? Mu Matayo 7:11, nga Yesu bwatusuubiza, "kale mmwe, ababi, nga bwe mumanyi okuwa abaana bammwe ebintu ebirungi. Kitammwe ali mu ggulu talisinga nnyo okubawa ebirungi abamusaba?" kkiriza nti Kitaffe Katonda ajja kuddamu okusaba kw'abaana Be abaagalwa.

N'olwekyo, si nsonga bulwadde oba kizibu kya kika ki by'oze n'abyo mu maaso ga Katonda. N'okwatula nti, "Mukama, nzikiriza!" nga kuviira ddala munda mu mutima gwo, Bw'olaga ebikolwa by'okukkiriza kwo, Mukama oyo eyawonya omusajja omuzibe ajja ku kuwonya buli kika kya bulwadde, afuule

*"Ba Dokita bang'amba n'atera okuziba amaaso... ebintu ne bitandika okubulanga...*

*Weebale nnyo, Mukama, olw'okumpa ekitangaala ...*

*Mbadde nkulindirira ..."*

Rev. Ricardo Morales ow'e Honduras, eyabulako akatono okuziba amaaso oluvanyuma lw'akabenje Naye n'atandika okulaba ebitasoboka ebisoboka, era agonjoole buli kizibu mu bulamu bwo.

## Omulimu gw'Okuggula Amaaso g'Abazibe mu Kanisa ya Manmin Enkulu

Okuva lwe yatandikibwawo mu 1982, Manmin ezze egulumiza Katonda okuyita mu mirimu gy'okuggulawo amaaso g'abantu abatabalika abo abaali abazibe. Abantu bangi abaali abazibe okuva lwe baazaalibwa balabye oluvanyuma lw'okusabirwa. Abalala abaalina amaaso agaali gagenda g'afa nga n'abamu balina galubindi gaatereera. Mu bangi, abalina obujulizi obw'ewuunyisa, bino wammanga bye by'okulabirako ebitono.

Bwe nnateekayo kuluseedi ennene e Honduras mu gw'omusanvu gwa 2002, waaliyo omwana omuwala eyalina emyaka kkumi n'ebiri ng'ayitibwa Maria nga eriiso lye ery'okuddyo lyaziba oluvanyuma lw'omusujja ogwali ogw'amaanyi bwe yali ng'aweza emyaka ebiri. Bazadde be baagezaako okuzzaawo eriiso lya muwala waabwe naye ne bigaana. N'enjuba y'eriiso gye baali batadde mu Maria teyamuyamba. Ng'emyaka kkumi giyise nga Maria amaze okuteekebwamu enjuba y'eriiso, Maria yali tasobola kulaba kitangaala kyonna mu liiso lye erya ddyo.

Mu 2002, mu kuyaayaana okw'amaanyi okw'ekisa kya Katonda, Maria yajja mu kuluseedi era bwe nnamusabira, n'atandika okulaba ekitangaala mu liiso lye, era tewayita bbanga eriiso lye ne liddamu okulaba. Obusimu mu liiso erya ddyo obwali bwafiira ddala bwatondebwa buto olw'amaanyi ga Katonda. Kino nga kyewuunyisa! Abantu bangi ddala mu Honduras baajaganya nga boogera nti, "Ddala Katonda mulamu era ne leero akyakola!"

Omusumba Ricardo Morales yali kyenkana azibidde ddala amaaso kyokka n'awonyezebwa ddala amazzi amawoomu aga Muan. Emyaka musanvu nga kuluseedi ya Honduras tennabaayo, Musumba Ricardo yali mu kabenje eriiso lye ne likosebwa nnyo era lyavaamu omusaayi mungi. Ba dokita baali bagambye Omusumba Ricardo nti yali ajja kugenda aziba amaaso era afuuke muzibe. Kyokka, yawonyezebwa ku lunaku olusooka olw'olukung'aana lwa 2002 olwali olw'abakulembeze b'amakanisa mu Honduras. Oluvanyuma lw'okuwulira ekigambo kya Katonda, mu kukkiriza Omusumba Ricardo yateeka amazzi amawoomu aga Muan ku liiso lye era ekyamwewunyisa ennyo, yatandika okulaba ebintu obulungi ennyo mu ddakiika emu. Mu kusooka, olw'okuba kino yali takirowoozezzaako, Omusumba Ricardo yali takikkiriza.

Akawungeezi ako, nga galubindi ze zikyali ku maaso, Omusumba Ricardo yaliwo ku makya mu kuluseedi. Awo, amangu ddala, galubindi ze ne zivaako era n'awulira eddoboozi ly'Omwoyo Omutukuvu nga limugamba: "Bw'otagyako galubindi zo ku maaso kati, ojja kuziba amaaso." Omusumba Ricardo awo n'aggyako galubindi n'akizuula nti buli kintu yali akiraba bulungi. Amaaso ge gaali gateredde era Omusumba Ricardo n'agulumiza nnyo Katonda.

Mu kanisa ya Manmin ey'e Nairobi ekisangibwa mu ggwanga lya Kenya, omuvubuka ayitibwa Kombo yakyalako mu kyalo kye waabwe, nga kino kiringa kiro mita 400 ze (mailo nga 250) okuva ku kanisa. Bwe yatuukayo, yabuulira abantu be enjiri era n'abagamba ku mirimu gy'amaanyi ga Katonda egy'ewuunyisa egituukawo mu kanisa ya Manmin Enkulu esangibwa e Seoul. N'abasabira n'akatambaala ke nnasabira. Kombo era n'awa abantu be kalenda ekanisa gye yali efulumiza.

Ng'amaze okuwulira muzukulu we ng'abuulira enjiri, jjajja wa Kombo, eyali omuzibe, n'alowoozaamu mu kuyaayaana okw'amaanyi, 'nange nandyagadde okulaba ku kifaananyi kya Dr. Jaerock Lee,' nga bwakute kalenda n'emikono gye ebiri. Ekyabaawo ddala kyali ky'amagero kye nnyini. Jjajja wa Kombo bwe yabikkula kalenda bwati, amaaso ge ne galaba n'asobola okulaba ekifaananyi. Halleluya! Abantu ba Kombo beerabira ku ky'amagero eky'amaanyi ga Katonda agaggula amaaso g'omuzibe era n'atandika okukkiririza mu Katonda omulamu. Era, amawulire ga kino ekyabaawo bwe gaabuna mu kyalo kyonna, abantu ne basaba ettabi ly'ekanisa baliteeke ku kyalo kyabwe.

Olw'emirimu gy'amaanyi ga Katonda mu nsi yonna, kati waliyo amatabi g'ekanisa ya Manmin nga lukumi mu nsi yonna, era enjiri y'obutuukirivu ebuulirwa mu buli kasonda ke'nsi. Bw'okkiririza mu mirimu gy'amaanyi ga Katonda, naawe osobola okufuuka omusika w'ebyamagero Bye.

Nga bwe kyali mu biseera bya Yesu, mu kifo ky'okusanyuka n'okugulumiza Katonda bonna wamu, leero abantu bangi bavumirira, ne bawakanya, era ne boogera bubi ku mirimu gy'Omwoyo Omutukuvu. Tulina okukitegeera kino ekibi ky'amaanyi nnyo, nga Yesu bwe yatugambira ddala mu Matayo 12:31-32: "Kyenva mbagamba nti Abantu balisonyiyibwa buli kibi n'eky'okuvvoola, naye okuvvoola Omwoyo tekulisonyiyika. Buli muntu alivvoola Omwana w'omuntu alisonyiyibwa; naye buli muntu alivvoola Omwoyo Omutukuvu talisonyiyibwa, newakubadde mu mirembe egya kaakano, newakubadde mu mirembe egigenda okujja."

Okusobola obutawakanya mirimu gya Mwoyo Mutukuvu wabula ne weerabira ku mirimu gy'amaanyi ga Katonda agy'ewuunyisa, tulina okukkiriza n'okuyaayaanira emirimu Gye, ng'omusajja eyali omuzibe mu Yokaana 9. Okusinziira ku kyenkana ki abantu gye bakomye okwetegeka ng'ebibya ebirungi, okufuna eby'okuddamu olw'okukkiriza, abamu bajja kulaba amaanyi ga Katonda abalala tebajja.

Nga mu Zabuli 18:25-26 bwe watugamba, "Eri ow'ekisa oneeraga ow'ekisa; Eri eyatuukirira oneeraga eyatuukirira; Eri omulongoofu oneeraganga omulongoofu; n'eri omukakanyavu oneeraga nga aziyiza," ka buli omu, olw'okukkiririza mu Katonda oyo agaba empeera okusinziira ku ky'okoze n'okulaga ebikolwa byo eby'okukkiriza, afuuke omusika w'emikisa Gye, mu linnya lya Mukama waffe Yesu Krsito Nsabye!

*Obubaka 7*
# Abantu bajja kuyimuka, Babuuke, era batambule

# Makko 2:3-12

*Ne bajja abaaleeta omulwadde akoozimbye nga bamwetisse bana. Naye bwe baalemwa okumusemberera olw'ekibiina, ne babikkula waggulu ku nnyumba we yali: ne bawummulawo ekituli ne bamussiza ku kitanda akoozimbye kwe yali agalamidde. Yesu bwe yalaba okukkiriza kwabwe n'agamba akoozimbye nti Mwana wange ebibi byo bikuggiddwako. Naye waaliwo abawandiisi abamu nga batudde nga balowooza mu mitima gyabwe nti 'ono kiki ekimwogeza bw'atyo? Avvoola: ani ayinza okuggyako ebibi wabula omu ye Katonda? Amangu ago Yesu bwe yategeera mu mwoyo gwe nga balowooza bwe batyo munda yaabwe n'abagamba nti, 'Kiki ekibalowoozesa ebyo mu mitima gyammwe? Ekyangu kiruwa, okugamba akoozimbye nti Ebibi byo bikuggiddwako; nantiki okugamba nti Golokoka, weetikke ekitanda kyo, ogende"? Naye mumanye nga Omwana w'omuntu alina obuyinza ku nsi okuggyako ebibi.' N'agamba akoozimbye nti, Nkugamba, Golokoka, weetikke ekitanda kyo, oddeyo mu nnyumba yo. N'agolokoka ne yeetikka amangu ago ekitanda, n'afuluma mu maaso gaabwe bonna; awo ne beewuunya bonna ne bagulumiza Katonda nga bagamba nti Tetulabangako bwe tuti'"*

Baibuli etugamba nti mu biseera bya Yesu, bangi abaali bakoozimbye oba abaali abalema baawonyezebwa era ne bagulumiza Katonda. Nga Katonda bwe yatusuubiza mu Isaaya 35:6, "Awo awenyera n'alyoka abuuka ng'ennangaazi, n'olulimi lwa kasiru luliyimba," era ne mu Isaaya 49:8, "Nkwanukulidde mu biro eby'okukkirizibwamu, era nkuyambye ku lunaku olw'okulokokeramu: era ndikuwonya ne nkuwaayo okuba endagaano eri abantu, okugolokosa ensi, okubasisa obusika obwazika" Katonda tajja kutuddamu kwokka wabula n'okutukulembera eri obukulokozi.

Kino kiweebwako obujulizi obutaggwaayo olwa leero mu kanisa ya Manmin Enkulu, ng'eyo emirimu gy'amaanyi ga Katonda egyewuunyisa tegigwa, abatasobola kutambula batandika okutambula nga bava mu bugaali bwabwe n'okusuula eri emiggo.

Na kukkiriza kwa kika ki oyo akoozimbye ayogerwako mu Makko 2 kwe yalina bwe yajja mu maaso ga Yesu n'okufuna obulokozi n'emikisa gy'ebyokuddamu? Nsaba nti mwe abatasobola kutambula olw'ekirwadde, yimuka, otambule, era odduke nate.

## Akoozimbye Awulira Amawulire ku Yesu

Mu Makko 2 mwe tusanga mu bujjuvu ebyatuuka ku musajja eyali akoozimbye eyawonyezebwa Yesu bwe yali agenzeeko e Kaperunawumu. Mu kibuga ekyo mwe mwali akoozimbye oyo omunaku eyali tasobola kutuula ku bubwe nga tayambiddwako balala, era nga ekyamuleka nga mulamu lwa kuba teyasobola kufa. Kyokka, bwe yawulira amawulire agakwata ku Yesu eyali azibudde abazibe amaaso, n'abalema ne bayimirira, eyagoba emyoyo emibi mu bantu, n'okuwonya abantu abaalina buli kirwadde. Olw'okuba omusajja yalina omutima omulungi, bwe yawulira amawulire agakwata ku Yesu, yabajjukira era n'ayaayaana okusisinkana Yesu.

Lumu, akoozimbye yawulira nti Yesu azze e Kaperunawumu. Nga alabika yasanyuka ng'alowooza bwanaasisinkana Yesu? Wabula akoozimbye, eyali tasobola kutambula ku bubwe, bwatyo n'anoonya emikwano egyali gisobola okumutwala eri Yesu. Eky'omukisa, olw'okuba mikwano gye nagyo gyali giwulidde ku Yesu, bakkiriza okuyamba mukwano gwabwe.

## Akoozimbye n'emikwano gye bajja eri Yesu

Akoozimbye n'emikwano gye bwe batuuka ku nnyumba Yesu mwe yali ali mu kubuulira enjiri, waaliwo ekibiina kinene nnyo, nga tebasobola kulaba we bayita okumutuukako munda mu nnyumba. Embeera eyaliwo nga tekkiriza akoozimbye ne mikwano gye kutuuka mu maaso ga Yesu. Bateekwa okuba beegayirira abantu, "Katubayiteko wano katono! Tulina omulwadde omuyi!" Naye nga, enjumba n'okugyetooloola wajjudde abantu. Singa akoozimbye n'emikwano gye baali tebalina kukkiriza, osanga bandizeeyo ewaabwe nga tebasisinkanye Yesu.

Wabula, tebaggwaamu maanyi era ne balaga okukkiriza kwabwe. Oluvanyuma lw'okulowooza ennyo ku ngeri gye banaasisinkana Yesu, Ng'ekisembayo mikwano gy'akoozimbye batandika okuwummula ekitulu mu kasolya omwali Yesu. Wadde baalina okwetondera nnyini nnyumba n'omusasula bye baali bayonoonye edda, akoozimbye n'emikwano gye okwo kwe kwagala kwe baalina okusisinkana Yesu asobole okuwona.

Okukkiriza kulina okuwerekerwako ebikolwa, era ebikolwa by'okukkiriza bisobola okulagibwa singa okakkana n'omutima omugonvu. Wali olowoozezzaako oba weegambye, "Wadde njagala nnyo, naye embeera mwendi tenzikkiriza kugenda ku kanisa"? Singa akoozimbye yayogera emirundi kikumi nti,

"Mukama, Nzikkiriza nti okimanyi nti sisobola kukusisinkana kubanga n'akoozimba. Era nzikkiriza nti ojja kumponya nga ndi ku buliri kuno," teyandigambiddwa nti yalaga okukkiriza kwe.

Si nsonga kyali kya kumutwalako sente mekka, akoozimbye yatuuka mu maaso ga Yesu okuwonyezebwa. Akoozimbye yakkiriza era yali mu mativu nti yali wakuwona singa asisinkana Yesu, era n'asaba mikwano gye gimwetikke gimutwale eri Yesu. Era, olw'okuba mikwano gye n'agyo gyalina okukkiriza, baayamba mukwano gwabwe eyakoozimba n'okutuuka okuwummula ekituli mu mabaati g'omuntu gwe baali tebamanyi.

Bw'oba nga ddala okkiriza nti ojja kuwonyezebwa mu maaso ga Katonda, okujja mu maaso ge bukakafu obw'okukkiriza kwo. Eyo yensonga lwaki bwe baamala okusima ekituli mu bbaati, mikwano gy'akoozimbye baamuserengesa ku kitanda kwe yali ne bamuteeka mu maaso ga Yesu. Ekiseera ekyo obusolya bw'aba Isiraeri bwalinga buseeteevu era nga kuliko amadaala eruuyi n'eruuyi agayamba omuntu okwambukayo. Era, waggulu eyo waalingayo amategula agsobola okuvaawo. Bino bye byayamba akoozimbye okutuuka mu maaso ga Yesu n'amubeera kumpi okusinga omuntu omulala yenna.

## Tusobola Okufuna Okuddibwaamu nga Tumaze Kugonjoola Ekizibu ky'ekibi

Mu Makko 2:5, tusanga nga Yesu musanyufu ddala n'ebikolwa eby'okukkiriza eby'akoozimbye. Ng'atanawonya musajja yali akoozimbye, lwaki Yesu yamugamba, "Mwana wange, ebibi byo bikugiddwaako"? Kino kiri bwe kityo lwakuba okusonyiwa ebibi kwe kulina okusooka okuwona.

Mu Kuva 15:26, Katonda atugamba, "oba nga oliwulira nnyo eddoboozi lya MUKAMA KATONDA wo, n'okola obutuukirivu mu maaso ge, n'owulira amateeka ge, n'okwata by'alagira byonna, sirikuteekako ggwe endwadde zonna ze nnateeka ku Bamisiri: kubanga nze MUKAMA akuwonya." Wano, "endwadde ze nnateeka ku Bamisiri" kitegeerza buli kika kya bulwadde omuntu kye yali awuliddeko. N'olwekyo, bwe tugondera ebiragiro Bye ne tutambulira mu kigambo Kye, Katonda ajja kutukuuma wabeere nga tewali ndwadde yonna eyinza kutulumba. Era, mu Ky'amateeka olw'okubiri 28 Katonda atusuubiza nti kasita tubeera nga tugondera n'okutambulira mu kigambo Kye, tewali ndwadde yonna eriyingira emibiri gyaffe. Mu Yokaana 5, oluvanyuma lw'okuwonya omusajja eyali omulwadde okumala emyaka asatu-mu munaana, Yesu yamugamba, "toyonoonanga nate, ekigambo ekisinga obubi kireme okukubaako" (olu.14).

Endwadde zonna ziva ku kibi, bwe yali nga tannawonya akoozimbye, Yesu yasooka kumusonyiwa bibi bye. Wabula, okugenda mu maaso ga Yesu tekitegeeza nti wateekwa okubaawo okusonyiyibwa. Okusobola okuwonyezebwa, tulina okusooka okwenenya era ne tubiviirako ddala. Bw'oba nga wali mwonoonnyi, olina okufuuka atali mwonoonyi; Bw'oba nga wali mulimba, okulimba olina okukulekerayo ddala; era bw'oba wakyawanga nnyo abalala, olina okulekayo obukyayi. Eri abantu ng'abo bokka abagondera ekigambo, Katonda b'awonya. Era, okwogera obwogezi nti "Nzikkiriza" tekikuwa kuwonyezebwa; Bwe tujja mu kitangaala, omusaayi gwa Mukama waffe gujja kutunaazako ebibi (1 Yokaana 1:7).

## Akoozimbye Atambula Olw'Amaanyi ga Katonda

Mu makko 2, oluvanyuma lw'okuwonyezebwa, omusajja eyali akoozimbye yayimirira, n'akwata ekitanda kye n'agenda nga buli omu eyaliwo amulaba. Bwe yajja eri Yesu, yajja agalamidde ku kitanda. Omusajja yawonyezebwa, kyokka, Yesu bwe yagamba omusajja nti, "Mwana wange, ebibi byo bikugiddwako" (v.5). Mu kifo ky'okusanyuka olw'okuwonyezebwa, bo abasomesa ba mateeka abaaliwo baali mu kuyomba. Yesu bwe yagamba omusajja nti, "Mwana wange ebibi byo bikuggiddwaako," baalowooza munda mu bo, "Iwaki ono okwogera bwati? Avvoola; Ani ayinza okusonyiwa ebibi okugyako Katonda?"(olu.7)

Awo Yesu n'abagamba, 'Kiki ekibalowoozesa ebyo mu mitima gyammwe? Ekyangu kiruwa, okugamba akoozimbye nti Ebibi byo bikuggiddwako; nantiki okugamba nti Golokoka, weetikke ekitanda kyo, ogende"? Naye mumanye nga Omwana w'omuntu alina obuyinza ku nsi okuggyako ebibi.' (enyi. 8-10). Oluvanyuma lw'okubatangaaza ku kigendererwa kya Katonda, Yesu n'agamba akoozimbye nti, "Nkugamba, Golokoka, weetikke ekitanda kyo, oddeyo mu nnyumba yo," (olu.11) omusajja amangu ago n'ayimuka n'atambula. Kwe kugamba, omusajja eyali akoozimbye okuwona kiraga nti yasonyiyibwa ebibi bye, nti era Katonda yakkiriza buli kigambo Yesu kye yayogera. Era bujulizi obulaga nti Katonda Asingayo Amaanyi akkiriza Yesu ng'Omulokozi w'abantu.

## Eby'okulabirako abantu mwe baayimiririra, ne Babuuka era ne Batambula

Mu Yokaana 14:11, Yesu atugamba, "Munzikirize nga nze ndi mu Kitange, ne Kitange mu nze: Oba munzikirize olw'emirimu gyokka." N'olwekyo, tuli baakukkiriza nti Katonda Kitaffe ne

Yesu y'omu era nga beebamu nga tulaba nti akoozimbye eyajja mu maaso ga Yesu mu kukkiriza yasonyiyibwa, n'ayimirira, n'abuuka era n'atambula nga Yesu bwe yalagira.

Mu luddako olwa Yokaana 14:12, Yesu era atugamba, "Ddala, ddala, mbagamba nti Akkiriza nze emirimu gye nkola nze, naye aligikola: era alikola egisinga egyo obunene; kubanga nze ng'enda eri kitange ." Nga bwe nakkiririza mu kigambo kya kikumi ku kikumi, ng'amaze okuyitibwa ng'omuweereza wa Katonda, nnasiiba n'ensaba ennaku nnyingi nnyo ddala okufuna amaanyi Ge. Era ekyavaamu, obujulizi bw'okuwonyezebwa endwadde ezaali ziremeddwa eddagala ezungu bubadde buyiika buyiisi mu kanisa ya Manmin okuva lwe yatandikibwaawo.

Buli kanisa yonna awamu bwe yayitanga ebigezo by'emikisa, emisinde abalwadde kwe baawoneranga nga n'agyo gyeyongera n'endwadde ezisinga obuzibu nga n'azo ziwonyezebwa. Okuyita mu lukung'ana olw'enjawulo olwa buli mwaka olumala ssabbiiti ebbiri olw'abeerawo okuva mu 1993 okutuuka 2004 ne mu zi kulusedi ez'amaanyi ze twatambuza mu nsi yonna, abantu abawerere addala okwetooloola mu nsi yonna beerabira ku maanyi ga Katonda ag'ekitalo

Emirundi egitabalika abantu mwe baasitukira ne babuuka n'okutambula, tugyeemu eby'okulabirako bino ebitonotono.

## Okuyimirira Oluvanyuma lw'Emyaka Mwenda mu Kagaali

Obujulizi obusooka bwa Dinkoni Yoonsup Kim. Mu mwezi ogw'okutaano mu mwaka 1990, yagwa ka tugambe okuva ku buwanvu nga bwa kalina erina emyaliriro etaano bwe yali akola omulimu gw'amasanyalaze e Taedok Science Town mu nsi ye South Korea. Kino kyabaawo nga Kim tannakkiririza mu Katonda.

Amangu ddala nga yakagwa, yaddusibwa mu ddwaliro eriyitibwa Sun Hospital ekisangibwa e Yoosung, mu gombolola ya Choongnam, nga yali tamanyi biri ku nsi okumala emyezi mukaaga. Ng'atandise okutegeera, kyokka ng'ali mu bulumi bungi, obw'okumenyekamenyeka amagumba ag'omukifuba ng'akikijana bukikijanyi. Ba Dokita mu ddaliro ne bagamba nti embeera ye yeerariikiriza. Yatwalibwa mu malwaliro ag'enjawulo amalala emirundu egiwera. Wabula, olw'okuba tewaaliwo nkukakyuka yonna mu mubiri ggwe bwatyo yensanga n'obulemu obw'ekika ekya waggulu. Mu kiwato kye mwonna, Kim yalina okwambala ekyuma ekiwanirira olugumba lwe buli kiseera. Era, olw'okuba yali tasobola kugalamira, yalinanga kwebaka ng'atudde.

Mu kiseera kino ekizibu, Kim yabuulirwa enjiri n'ajja mu kanisa ya Manmin, gye yatandikira obulamu bwe mu Kristo.

*"Amagulu gange agaali
gakakanyadde
n'ekiwato...
omutima gwange ogwali
kukalambadde ...*

*nnali siyinza kugalamira
wansi,
Nga sisobola kutambula...
olwo ani gwe nnyinza
okwesigamako?*

*Ani ayinza okunzikiriza?
Nyinza kubeerawo ntya?"*

Dinkoni omukyala Yoonsup Kim
mu kyuma kye ekiwanirira omugongo n'akagaali

Bwe yajja mu lukung'aana olw'enjawulo olw'okuwonyezebwa okw'Obwakatonda mu gw'ekkumi n'ogumu ogwa 1998, Kim yayita mu mbeera ey'ewuunyisa. Ng'olukung'aana terunnaba, yali tasobola na kugalamira wansi ku mugongo gwe oba okugenda mu kabuyojo ku bubwe. Bwe nnamala okumusabira, yasobola okuva mu kagaali ke era n'atambulira ku miggo.

Okusobola okuwonera ddala, Dinkoni Kim n'obwesigwa yajjanga mu kusaba era teyalekerawo kusaba. Okwongereza kw'ekyo, n'okuyaayaana okw'amaanyi saako okw'etegekera olukung'ana olwa buli mwaka olw'omulundi ogw'omusanvu olumala Ssabbiiti Bbiri olwaliwo mu mwezi ogw'okutaano omwaka gwa 1999, yasiiba okumala ennaku abiri mu lumu. Bwe nnasabira abalwadde nga ndi ku kituuti mu lusaba olusooka olw'olukung'ana, Dinkoni Kim yawulira ekimyanso eky'amaanyi nga ki mukubamu n'alaba okw'olesebwa ng'adduka. Mu ssabbiiti ey'okubiri ey'olukung'aana, bwe nnamuteekako emikono ne musabira, yawulira ng'omubiri gwe guwewuse. Omuliro gw'Omwoyo Omutukuvu bwe gw'akka ku bigere bye, amaanyi ge yali tawulirangako gamuweebwa. Yasuula eri ekyuma ekyali kiwanirira omugongo gwe n'emiggo, n'atambula nga takalubirizibwa, era nga n'ekiwato kye gyayagala gyakizza.

Olw'amaanyi ga Katonda, Dinkoni Kim yaddamu okutambula ng'omuntu omulala yenna. Kati avuga n'eggaali ye era aweereza ekanisa n'okufaayo kwonna. Era, ebbanga si ddene eriyiseewo Dinkoni Kim yawasa era ali mu bulamu obw'esanyu.

## Okuyimuka Okuva mu Kagaali Oluvanyuma Lw'okusabirwa n'Akatambaala

Mu Manmin, ebyo eby'ekitalo eby'awandiikibwa mu Baibuli n'eby'amagero ebitalabikalabika bituukawo; okuyita mu bo Katonda ayongera okugulumizibwa. Mu byo mwe muli n'okulagibwa kw'amaanyi ga Katonda okuyita mu butambaala. Mu Bikolwa 19:11-12, tulaba "Katonda n'akolanga eby'amagero ebitalabwa buli lunaku mu mikono gya Pawulo. N'abalwadde ne baleeterwanga ebiremba n'engoye ez'oku mubiri gwe, endwadde ne zibavangako." Mu ngeri y'emu, abantu bwe batwalira abalwadde obutambaala kwe nsabidde, n'ebintu ebiva ku mubiri gwange, emirimu egy'ebyewuunyo egy'okuwonyezebwa giragibwa. Era ekiva mw'ekyo, ensi nnyingi n'abantu okwetooloola ensi yonna batusabye okuteekayo kuluseedi y'abutambaala mu bitundu byabwe. Era, abantu abatabalika mu nsi z'omu Africa, Pakistan, Indonesia, Philippines, Honduras, Japan, China, Russia, n'endala nnyingi n'abo beerabidde ku "by'amagero ebitalabikalabika".

Mu Mwezi gw'okuna ogwa 2001, omu ku basumba ba

Manmin baateekayo kuluseedi y'obutambaala mu nsi ya Indonesia, ng'eyo abantu abatabalika baawonyezebwa era ne bagulumiza Katonda Omulamu. Mu bo mwe muli ne gavana w'essaza, eyali atambulira mu kagaali. Bwe yawonyezebwa okuyita mu katambaala k'ensabidde, ly'afuuka eggulire ery'amaanyi.

Mu mwezi gw'okutaano ogwa 2003, omusumba omulala owa Manmin yateekayo kuluseedi y'obutambaala mu nsi ye China ng'eyo, mu kuwonyezebwa okwabaayo okungi, mwe muli n'omusajja eyali amaze n'emiggo okumala emyaka asatu mw'ena bwe yatambula ku bubwe nga tagirina.

## Ganesh Asuula Eri Emiggo Gye mu Lukungaana lw'Okuwonyezebwa olwe 2002 olwali mu Buyindi

Mu lukung'ana lw'okuwonyezebwa olwaliwo mu 2002 mu Buyindi, olwateekebwa ku lubalama lw'ennyanja oluyitibwa Marina Beach ekiri e Chennai ng'esingayo abayindi aba Hindu, abantu abasoba mu bukadde obusatu baakung'aana, ne beerabira ku mirimu gya Katonda egya ddala egy'ewuunyisa, era bangi ku bo ne bakyuka okudda mu Bukristaayo. Nga kuluseedi eno tennaba, emisinde amagulu kwe gaali g'efunyira n'okuggwaamu amaanyi saako obusimu okufa gyali gigenda gyeyongera.

"Enjala omwenda si kyaziwulira
ezibadde zinyigiriza ennyama n'eggumba!

Nga luli sisobola na kuyimirira
olw'obulumi,
naye kati nsobola n'okutambula!"

Ganesh yatandika okutambula
nga talina miggo
ng'amaze okusabirwa
Dr. Jaerock Lee

Okutandika ne Kuluseedi y'e Buyindi, emirimu gy'okuwonyezebwa gyanyooma enkula y'omubiri. Mw'abo abawonyezebwa mulimu omulenzi ow'emyaka ekkumi n'omukaaga ayitibwa Ganesh. Yali yava ku ggaali ye n'agwa bbunwe we n'amenyeka. Olw'embeera y'eby'ensimbi enzibu awaka yali emulemeseeza okufuna obujanjabi obutuufu. Oluvanyuma lw'omwaka okuyitawo, ekizimba n'ekikula mu ggumba lye bwe batyo nga balina okumugyako bbunwe we owa ddyo. Ba Dokita ne bamuteekamu akabaati mu ggumba ly'omu kisambi ne mu ggumba lye erya bbunwe eryali lisigaddewo, ne banyweza akabaati n'emisumaali mwenda. Olw'obulumi obw'amaanyi okuva mu misumaali kyamufuukira kizibu okukka n'okwambuka amaddaala oba okutambula nga talina miggo.

Bwe yawulira amawulire agakwata ku kuleseedi, Ganesh n'agigendamu era n'afuna emirimu egy'Omwoyo Omutukuvu egy'Omuliro. Ku lunaku olw'okubiri olwa kuluseedi eyali ey'okumala ennaku nnya, "mu kusabira abalwadde" yawulira omubiri gwe nga gubugumye gwonna, nga gulinga ogutereddwa mu mazzi ag'esera, era n'abeera nga takyawulira bulumi bwonna mu mubiri gwe. Amangu ago n'agenda ku kituuti n'awa obujulizi bw'okuwonyezebwa kwe. Bwatyo, teyaddamu kuwulira bulumi bwonna mu mubiri gwe, wadde okukozesa emiggo, era n'atandika okutambula obulungi n'okudduka.

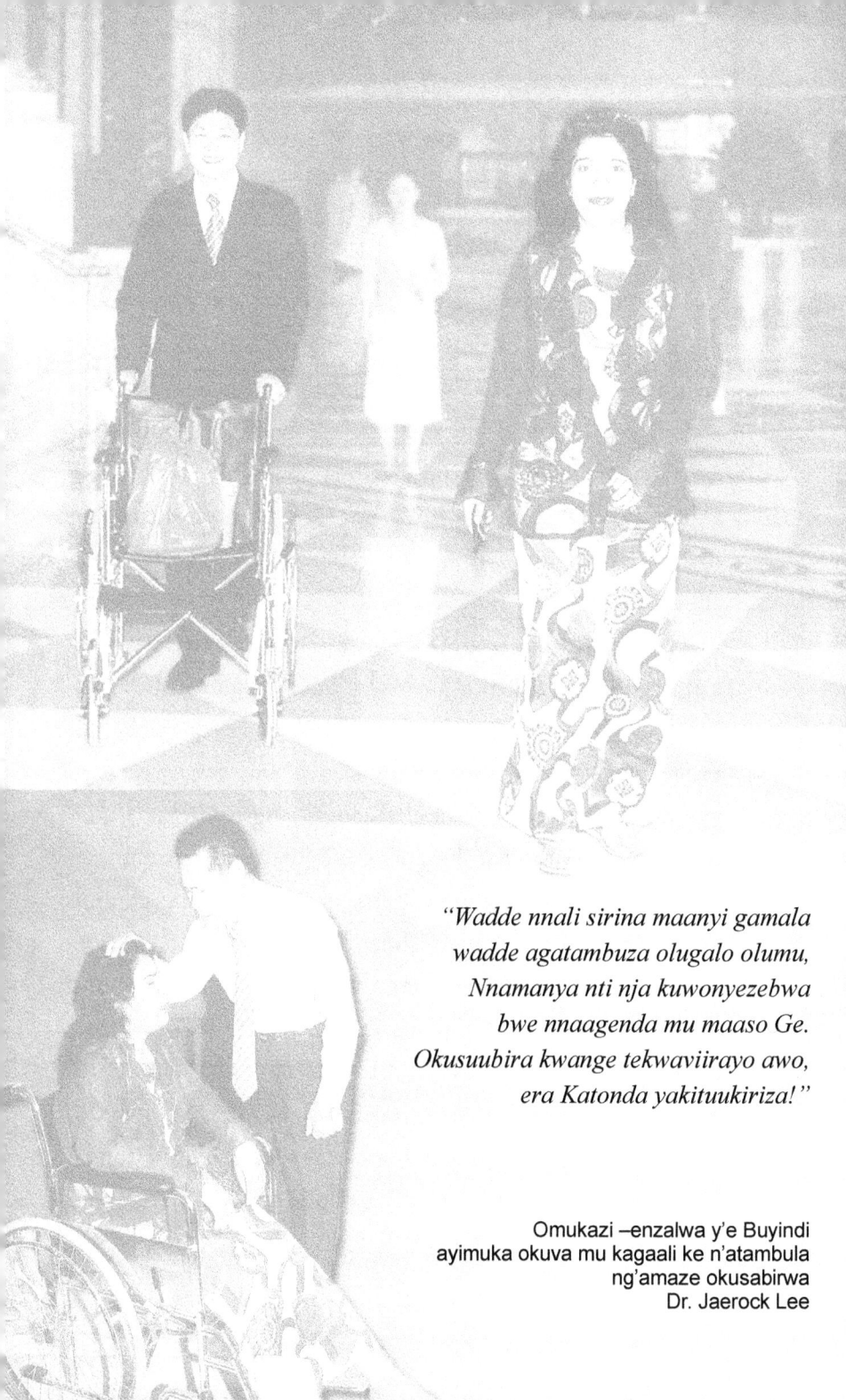

*"Wadde nnali sirina maanyi gamala wadde agatambuza olugalo olumu, Nnamanya nti nja kuwonyezebwa bwe nnaagenda mu maaso Ge. Okusuubira kwange tekwaviirayo awo, era Katonda yakituukiriza!"*

Omukazi –enzalwa y'e Buyindi ayimuka okuva mu kagaali ke n'atambula ng'amaze okusabirwa Dr. Jaerock Lee

## Omukazi Asituka okuva mu Kagaali ke e Dubai

Mu mwezi ogw'okuna ogw'omwaka gwa 2003, bwe nnali mu kibuga Dubai, ekisangibwa mu matwale ga United Arab Emirates, omukazi enzaalwa y'e Buyindi n'ayimuka okuva mu kagaali ke bwe namusabira bwe nti. Yali mukyala mugezi nnyo eyali asomedde mu Amerika. Wabula olw'ebizibu bye yalina, yali atawaanyizibwa mu birowoozo, nga bino bye gatamu n'okukosebwa kwe yalimu mu kabenje saako ebizibuzibu ebirala.

Bwe nnasooka okulaba omukazi ono, yali tasobola kutambula, nga talina maanyi g'ogera, nga tasobola na kulondawo gaalubindi ze ezaali zimuguddeko. N'anga'mba nti yali talina maanyi wadde agawandiika oba okweweereza egiraasi y'amazzi. Abalala bwe baamukwatangako ng'awulira obulumi bw'otalabanga. Wabula, oluvannyuma lw'okumusabira, omukazi amangu ago n'asituka mu kagaali ke. Nange omukyala ono yaneewuunyisa nnyo, eyali talina maanyi g'ogera ng'akaseera kano akaali kakabaawo tekannaba, yali kati asobola okukung'aanya ebibye n'afuluma mu kisenge.

Yeremiya 29:11 watugamba, "'Kubanga mmanyi ebirowoozo bye ndowooza gye muli, bw'ayogera MUKAMA, ebirowoozo eby'emirembe so si bya bubi, okubawa okusuubira.'" Katonda Kitaffe atwagadde nnyo nti, Atuwadde Omwana We Omu yekka.

N'olwekyo, kale ne bw'oba ng'obadde oli mu bulamu obuteeyagaza olw'obulemu ku mubiri gwo, olina essuubi ly'okubeera mu ssanyu n'obulamu obweyagala obulungi olw'okukkiririza mu Katonda Kitaffe. Tayagala kulaba Mwana we yenna mu kugezesebwa n'okubonaabona. Era, Ayagala nnyo okuwa buli muntu mu nsi emirembe, essanyu, n'okusanyuka n'ekiseera eky'omumaaso.

Wadde olugero lw'akoozimbye lusangibwa mu Makko 2, otegedde engeri n'obukoddyo mw'oyinza okuyita okufuna okuddibwaamu okw'omutima gwo. Ka buli omu ku mmwe ategeke ekibya ky'okukkiriza era ofune buli ky'osaba, mu linnya erya Mukama waffe Yesu Kristo Nsabye!

*Obubaka 8*
# Abantu Bajja Kujaguza, Bazine, era Bayimbe

Makko 7:31-37

*Ate n'ava mu mbibi ez'e Ttuulo, n'ajja n'ayita mu Sidoni ne wakati mu mbibi ez'e Dekapoliya. N'atuuka ku nnyanja ey'e Ggaliraaya. Ne bamuleetera omuggavu w'amatu, atayogera bulungi; ne bamwegayirira okumussaako omukono gwe. N'amuggya mu kibiina mu kyama, n'amussa engalo mu matu ge, n'awanda amalusu, n'amukoma ku lulimi, n'atunula waggulu mu ggulu, n'asinda, n'amugamba nti Efasa, kwe kugamba nti Zibuka. Amatu ge ne gazibuka n'enkolo y'olulimi lwe n'esumulukuka n'ayogera bulungi. n'abukuutira baleme okubuulirako muntu; naye nga bwe yeeyongera okubakuutira, bwe beeyongera ennyo nnyini okukibunya. Ne bawuniikirira nnyo nnyini kitalo nga bagamba nti Byonna akoze bulungi: aggula abaggavu b'amatu , era ayogeza abasiru.*

Bino wammanga bisangibwa mu Matayo 4:23-24:

Yesu n'abuna Ggaliraaya yonna, ng'abayigiririza mu makung'aniro gaabwe era ng'abuulira enjiri ey'obwakabaka, era ng'awonya endwadde zonna n'obunafu bwonna mu bantu. Ebigambo bye ne bibuna Obusuuli bwonna: ne bamuleetera bonna abaali balwadde, abaali bakwatiddwa endwadde ezitali zimu, n'ebibonyoobonyo, n'ab'emizimu, n'ab'ensimbu, n'abaali bakoozimbye; n'abawonya,.

Yesu teyabuulira kigambo kya Katonda n'amawulire ag'obwakabaka byokka, wabula yawonya abantu abatabalika abaali babonyaabonyezebwa endwadde ez'enjawulo. Ng'awonya endwadde ezaali ziremeddwa amaanyi g'omuntu, ekigambo Yesu kye yabuulira kyagundiira mu mitima gy'abantu, era N'abakulembera eri eggulu n'okukkiriza.

## Yesu Awonya Omusajja Kasiru era Omuggavu w'amatu

Mu Makko 7 mwe tusanga olugero Yesu mwe yatambulira

okuva e Ttuulo, n'agenda e Sidoni, bwe yava eyo n'agenda ku nnyanja ye Ggaliraaya ne mu mbibi z'e Dekapoliya, era n'awonya omusajja omugavvu w'amatu era kasiru. Omuntu bw'aba nga "yali tayogera bulungi," kitegeerza nti yali ananagira nnyo ng'ebigambo tebivaayo bulungi. Omusajja ayogerwako mu kyawandiikibwa kino kitegeeza yayiga okwogera ng'akyali mwana, naye bwe waayitawo ebbanga n'aziba amatu, n'aba nga kati kyali "kimuzibuwalira okwogera".

Okutwaliza awamu, "kigala atayogera" ye muntu atayigangako lulimi n'okwogera olw'obuggavu bw'amatu, kyokka ye "bradyacusia" kitegeeza obuzibu mu kuwulira. Waliwo engeri nnyingi omuntu mwayinza okufuukira kiggala atayogera. Esooka ku zo kwe kuba obw'ensikirano. Ey'okubiri, y'eyo nga omuntu kyamukwata ali mu lubuto lwa nnyina, nnyina bw'aba yafuna mulangira ku lubuto oba nga yamira eddagala ekyamu. Mu mbeera ey'okusatu, omwana singa afuna mulalama nga w'amyaka esatu oba ena gyokka, omwana wayigira okwogera, omuntu asobola okufuuka kasiru atayogera. Mu mbeera eya bradyacusia, akawulira mu kutu bwe kaatika, obuuma obuyambako mu kuwulira buyinza okuyambako ku kizibu kino. Ekizibu bwe kibeera ku busimu obuwulira bwennyini, tewali buuma buyambako mu kuwuliira buyinza kuyamba. Engeri endala ng'ez'omuntu okuba ng'akolera mu kifo ekirekaana ennyo oba omuntu n'alekerawo okuwulira obulungi olw'obukadde, kigambibwa nti teri kuwonyezebwa kuli awo kuyinza kumuyamba. Okwongereza kw'ekyo, omuntu ayinza okufuuka kiggala oba kasiru bw'aba ng'awambiddwa emizimu. Mu mbeera ng'eyo, omuntu alina obuyinza obw'omwoyo amugobamu emizimu egyo, omuntu ajja kutandika okuwulira n'okwogera amangu ddala. Mu Makko 9:25-27, Yesu bwe yaboggolera dayimooni eyali alemesezza omulenzi okwogera, "ggwe dayimooni atayogera, era omuggavu w'amatu, nze nkulagira, muveeko, tomuddiranga nate n'akatono," (olu.25) Dayimooni n'ava ku mulenzi omulundi gumu era n'abeera bulungi.

Kkiriza nti Katonda bwabeera akola, tewali ndwadde wadde obunafu biyinza ku kufuukira kizibu. Eyo yensonga lwaki tusanga mu Yeremiya 32:27, "Laba nze ndi MUKAMA Katonda w'abo bonna abalina omubiri: waliwo ekigambo kyonna ekinnema?" Zabuli 100:3 watukubiriza "Mumanye nga MUKAMA ye Katonda; oyo ye yatutonda, naffe tuli babe; Tuli bantu Be, era endiga ez'omu ddundiro Lye," kyokka yo mu Zabuli 94:9 watujjukiza, "Eyateekawo okutu, taliwulira? Eyabumba eriiso, taliraba?" Bwe tukkiririza mu Katonda Kitaffe asinga amaanyi oyo eyatonda amatu gaffe n'amaaso okuva ku ntobo y'emitima gyaffe, buli kimu kisoboka. Eyo yensonga lwaki eri Yesu, eyajja mu nsi mu mubiri, buli kimu kyali kisoboka. Nga bwe tusanga mu Makko 7, Yesu bwe yawonya omusajja omuggavu w'amatu era kasiru, amatu g'omusajja gagguka n'ebigambo bye ne bitandika okuwulikika obulungi.

Bwe tutakkiriza mu Yesu Kristo kyokka wabula ne tusaba n'amaanyi ga Katonda n'okukkiriza okukuze, emirimu gye gimu ng'egyawandiikibwa mu Baibuli gijja kutuukawo ne leero. Ku kino, Abaebulaniya 13:8 watugamba, "Yesu Kristo jjo ne leero aba bumu n'okutuusa emirembe n'emirembe," Yo mu Baefeeso 4:13 watujjukiza nti tulina "okutuuka ffena mu bumu obw'okukkiriza, n'obw'okutegeera Omwana wa Katonda, olwo lwe tulituuka okuba omuntu omukulu okutuuka mu kigera eky'obukulu obw'okutuukirira kwa Kristo."

Wabula, okufa kw'ebitundu by'omubiri oba obuggavu bw'amatu n'obutayogera biva ku kufa kw'obusimu bw'obutafaali nga bino tebiyinza kuwonyezebwa kirabo eky'okuwonya. Okujjako ng'omuntu, oyo afunye ekigera ky'obujjuvu bwa Yesu Kristo, afuna amaanyi n'obuyinza okuva eri Katonda era n'asaba mu ngeri esanyusa Katonda, olwo okuwonyezebwa bwe kuyinza okubaawo.

Oluyimba lw'okwebaza
olw'abantu
Abaali bawonyezeddwa obwa kiggala

"*N'obulamu
Bw'otuwadde,
tujja kutambula
ku nsi
nga tuyaayaanira gy'oli*

*emmeeme yange e...
ng'ejjinja ery'oli...
ejja gyoli.*"

Dinkoni omukyala Napshim Park ng'addiza Katonda ekitiibwa oluvanyuma lw'okuwonyezebwa obwakiggala bwe yamala n'abwo emyaka 55

## Eby'okulabirako By'abo Katonda Baawonyezza Obwa kiggala mu Kanisa ya Manmin

Ndabye emirundi mingi ng'obuggavu bw'amatu obwa bradyacusia nga bano baba balina ekizibu mu kuwulira bawonyezebwa, n'abantu abatabalika abo abaali tebawulirirako ddala okuva lwe baazaalibwa nga batandise okuwulira omulundi gwabwe ogusooka. Waliwo abantu ba mirundi ebiri abaatandika okuwulira omulundi gwabwe ogusooka ng'omu wa myaka ataano mw'etaano n'omulala yawulira ku myaka ataano mu musanvu.

Mu mwezi ogw'omwenda ogw'omwaka 2000, bwe nnateekayo olunaku olw'okujaganya olw'okuwonyezebwa e Nagoya, eky'e Japan, abantu kkumi n'abasatu abaali balina ekizibu ky'okuwulira baawonyezebwa nga naka basabira bwe nti. Amawulire gano gaatuuka ku bakiggala bangi mu Korea, era bangi ku bo ne bajja mu lukung'ana olw'enjawulo olumala Ssabbiiti Ebbiri buli mwaka nga luno lwaliwo mu gw'okutaano gwa 2001, ne bawonyezebwa, era ne bagulumiza nnyo Katonda

Mu bo mwe mwali omukazi ow'emyaka assatu mw'esatu, eyali kasiru era nga tawulira okuva lwe yafuna akabenje ng'alina emyaka munaana. Oluvanyuma lw'okuleetebwa eri akanisa yaffe nga wabula ennaku ntono olukung'ana lwa 2001 lutuuke, yeetegeka okufuna okuddibwaamu. Omukazi ono yabeerangawo buli lunaku mu kusaba kwe bayita "Daniel Prayer Meeting" era, nga bwajjukira ebibi bye byonna eby'edda, yeenenya n'omutima gwe gwonna. Ng'amaze okwetegekera Olukung'ana lw'Okuwonyezebwa n'okuyaayaana okw'amaanyi, yabeera mu Lukung'ana. Mu bitundu ebisembayo eby'olukung'ana, bwe nnassa emikono ku bakiggala era nga bakasiru okubasabira, teyawulirirawo kukyuka kwonna. Kyokka wadde gwali gutyo, teyaggwaamu maanyi. Wabula, bwe yalaba obujulizi obw'abo abaali bawonyezeddwa nga bajaganya olw'essanyu, ne kimwongera okukkiriza nti naye, ajja kuwonyezebwa.

Katonda kino yakitwala ng'okukkiriza okutuufu era n'awonya omukazi ono ng'akaseera kayiseewo katono ng'olukung'ana lumaze okuggwa. Ndabye emirimu gy'amaanyi ga Katonda nga girabisibwa n'olukung'ana nga lumaze okuggwa. Era, okukeberebwa kwe yayitamu okulaba oba asobola okuwulira kwa kakasiza ddala nti amatu ge gombi gawulira bulungi. Halleluya!

## Abaazaalibwa nga Bakiggala Bawona

Obungi bw'amaanyi ga Katonda agalabisbwa bugenda bweyongera mwaka ku mwaka. Kuluseedi eyateekebwa e Honduras mu mwaka gwa 2002 eyayitibwa "Miracle Healing

Crusade,' abantu abatabalika abaali bakiggala era nga teboogera baatandika okuwulira n'okwogera. Muwala w'omukulu w'ebyokwerinda bwe yawonyezebwa obwa kiggala obwali bumumazeeko ebbanga, yasanyuka nnyo nnyini n'okwebaza.

Okumu ku kutu kwa Madeline Yaimin Bartres ow'emyaka omunaana kwali tekwakula bulungi era yali agenda tekyakuwuliza bulungi. Bwe yawulira ku kuluseedi eno, Madeline n'asaba kitaawe amutwaleyo. Yafuna ekisa ekingi mu kiseera ky'okutendereza, era bwe nnamala okusabira abalwadde bonna, yatandika okuwulira obulungi. Nga kitaawe bwe yakola ennyo kuluseedi eno okubeerayo, Katonda y'awa muwala we omukisa mu ngeri eno.

## Mu Lukung'ana lwa 2002 olw'e Buyindi Olw'okuwonyezebwa, Jennifer Yagyamu Akuuma Akaali ka muyamba Okuwulira

Wadde tetwasobola kuwandiika bujulizi bwonna obw'okuwonyezebwa obwatuukawo obutaggwaayo mu kuluseedi Y'e Buyinda n'obwaliwo oluvannyuma lwa kuluseedi, ne mu butono bwe twalondamu tulina okwebaza n'okugulumiza Katonda. Mu bantu ng'abo mwe muli omuwala ayitibwa Jennifer, eyali kiggala era nga tayogera okuva lwe yazaalibwa.

Jennifer ng'awonyezeddwa obwa kiggala bwe yazaalibwa n'abwo n'ebyo dokita bye yali azudde

**CHURCH OF SOUTH INDIA**
**MADRAS DIOCESE**
## C. S. I. KALYANI MULTI SPECIALITY HOSPITAL
15, Dr. Radhakrishnan Salai, Chennai-600 004, (South India)

Phone: 857 11 01
859 29 06

Ref. No. ........................  Date: 15/10/02

To whom it may concern

Miss Jennifer aged 5 yrs has been examined by me at CSI Kalyani Hospital for her hearing.

After interacting with the child and observing her and after examining the child, I have come to the conclusion that Jennifer has definitely good hearing improvement now than before she was prayed for. Her mother's observation of her child is far more important and the mother has definitely noticed marked improvement in her child's hearing ability. Jennifer hears much better without the hearing aid, responding to her name being called, where as previously she was not, without the aid

Audiogram results: Moderate to severe sensori-neural hearing loss i.e. 50% - 70% hearing loss in both.

Medical Officer,
C. S. I. KALYANI GENERAL HOSPITAL

Dokita n'amulagira ayambalenga obuuma bumuyambeko katono okuwulira, naye ng'amujjukiza nti okuwulira kwe tekujja kuba kulungi nnyo.

Ng'eno maama wa Jennifer bw'asaba buli lunaku muwala we okuwona, bajja mu kuluseedi. Maama ne muwala we baatuula kumpi n'omuzindaalo omunene kubanga ne bwe bireekana bitya byali tebimukosa. Wabula, ku lunaku olusembayo olwa kuluseedi, olw'ekibiina ekinene ekyali kikung'aanye, tebaasobola kutuula kumpi na muzindaalo. Ekyabaawo ddala kyali kyewuunyisa. Bwe nnamala okusabira abalwadde bwe nti ku kituuti, Jennifer n'agamba nnyina ebintu byali bireekana nnyo era n'asaba nnyina amugyemu akuuma akamuyambako okuwulira. Halleluya!

Okusinziira ku bbaluwa z'aba dokita ng'atannawonyezebwa, nga tayambadde buuma obwo, Jennifer yali tasobola kuwulira ng'ebintu ne bwe bireekana bitya. Kwe kugamba, Jennifer yali takyawulirira ddala kikumi ku kikumi, naye oluvanyuma lw'okusaba kyazuulibwa nti ebitundu 30~50 eby'okuwulira kwe byali bikomyeewo. Bino wammanga bye byekenneenyezebwa omukugu w'amatu, ennyindo n'emimiro Christina ku mbeera ya Jennifer:

Okusobola okwekenneenya obusobozi bw'okuwulira kwa Jennifer, ow'emyaka 5, mwekenneenyerezza mu ddwaliro lya Kalyani Multi Specialty Hospital, C.S.I. Oluvanyuma lw'okwogera ne Jennifer n'okumwekenneenya, Mmaliriza ng'ang'amba nti ddala wabaddewo enkyukakyuka ey'omugundu mu kuwulira kwe oluvanyuma lw'okumusabira. Endowooza ya nnyina wa Jennifer n'ayo erimu ensa. Naye yalabye ekintu kye kimu: Okuwulira kwa Jennifer kwateredde mu ngeri etagambika. Mu kiseera kino, Jennifer asobola okuwulira obulungi nga talina buuma bumuyambyeko era addamu bulungi ng'abantu bayise erinnya lye. Kino si bwe kyabanga nga talina buuma bumuyambako okuwulira nga tebannamusabira.

Eri abo abategeka emitima gyabwe mu kukkiriza, amaanyi ga Katonda awatali kubuusabuusa kwonna, gajja kulabisibwa. Ddala Kituufu, waliwo emirundi mingi ng'embeera y'abalwadde etereera buli lukya kasita babeera nga batambulira mu bulamu obw'esigwa mu Kristo.

Emirundi mingi, Katonda tawonyeza ddala bulungi muntu awulira omulundi gwe ogusooka okuva lwe yazaalibwa. Singa abawonyezaawo omulundi gumu, kiyinza okubabeerera ekizibu okumanyiira amaloboozi gonna. Abantu bwe babeera baaziba amatu mu bukulu, Katonda asobola okubawonyezaawo obulungi ddala kubanga tekibatwalira kiseera kumanyiira maloboozi ge bawulira. Mu mbeera ng'ezo, abantu bayinza okutabulwa omulundi ogusooka oluvanyuma lw'olunaku lumu oba bbiri, bajja kukakkana era bamanyiire obusobozi bw'okuwulira. Mu gw'okuna gwa 2003, nga ng'enzeeko e Dubai mu Matwale g'abawalabu, Nnasisinkana omukazi ow'emyaka asatumw'ebiri eyali takyayogera oluvanyuma lw'okufuna mulalama nga wa myaka ebiri gyokka. Bwe nnamusabira bwe nti, ng'ayogera bulungi nnyo omukazi n'agamba, "Weebale nnyo!" Nze nnalowooza nti kwali kwebaza bwe baza, kyokka bazadde be ne bang'amba nti yali amaze emyaka asatu nga tafulumya kigambo, "Weebala nnyo."

## Okusobola Okwerabira ku Maanyi Ago Agoogeza Bakasiru ne Bakiggala ne Bawulira

Mu Makko 7:33-35 mwe tusanga bino:

Yesu n'amuggya mu kibiina mu kyama, n'amussa engalo mu matu ge, n'awanda amalusu, n'amukoma ku lulimi, n'atunula waggulu mu ggulu, n'asinda, n'amugamba nti Efasa, kwe kugamba nti Zibuka. Amatu ge ne gazibuka n'enkolo y'olulimi lwe n'esumulukuka n'ayogera bulungi.

Wano, "Efasa" kitegeeza "Zibuka" mu luyonaani. Yesu bwe yalagira mu ddoboozi ery'asooka ery'obutonzi, amatu g'omusajja ne gazibuka n'olulimi lwe ne lusumulukuka.

Olwo, lwaki, Yesu yateeka engalo Ze mu matu g'omusajja nga tannayogera nti, "Efasa"? Abaruumi 10:17 watugamba, "Kale okukkiriza kuva mu kuwulira, n'okuwulira mu kigambo kya Kristo." Okuva lwe kiri nti omusajja ono yali tawulira, kyali kizibu gyali okufuna okukkiriza. Era, omusajja teyajja eri Yesu okufuna okuwonyezebwa. Wabula, waliwo abantu abaaleeta omusajja ono eri Yesu. Ng'ateeka engalo ze mu matu g'omusajja, Yesu yamuyamba okufuna okukkiriza ng'ayita mu kuwulira engalo Ze.

Okujjako nga tutegedde amakulu ag'omwoyo agali mu ngeri Yesu gye yalagamu amaanyi ga Katonda, lwe tusobola okulaba amaanyi Ge. Olwo tulina kuyita mu maddaala ki?

### Tulina okusooka okufuna okukkiriza okusobola okuwonyezebwa.

Wadde kutono kutya, oyo ayagala okuwonyezebwa alina okubeera n'okukkiriza. Wabula, ng'ogyeeko ebiseera bya Yesu n'enkulaakulana egenze yeeyongera, waliwo engeri nnyingi omuli n'okukozesa obubonero, n'abo abalina ekizibu ky'okuwulira mwe bayinza okuyita okufuna enjiri. Emyaka mitono egiyise, obubaka bwonna bwe tubuulira tubuvunula mu bubonero mu kanisa ya Manmin. Obubaka obwedda n'abwo tugenda tubuvunula mu bubonero ku mikutu gyabwo. Era, ne mu ngeri endala nnyingi, omuli ebitabo, empapula z'amawulire, ne firimu saako kaseti eza leediyo, osobola okufuna okukkiriza kasita obeera ng'osazeewo. Kasita ofuna okukkiriza, osobola okulaba amaanyi ga Katonda. Njogedde ku bujulizi obuwerako nga engeri ey'okubayamba okufuna okukkiriza.

**Ekirala, tulina okufuna okusonyiyibwa.**

Lwaki Yesu yawanda era n'akoma ku lulimi lw'omusajja ng'amaze okusa engalo Ze mu kutu kwe? Kino mu mwoyo kitegeeza okubatizibwa n'amazzi era nga kino kyali kyetaagisa okusobola okubaawo okusonyiyibwa kw'ebibi by'omusajja. Okubatizibwa n'amazzi kitegeeza nti olw'ekigambo kya Katonda ekiringa amazzi amayonjo ennyo, tulina okutukuzibwa okuva mu bibi byaffe byonna. Okusobola okulaba amaanyi ga Katonda, omuntu alina okusooka okugonjoola ekizibu ky'ekibi. Mu kifo kyokutukuza obutali buyonjo bw'omusajja n'amazzi, Yesu yakozesaamu malusu Ge, era kano ne k'aba akabonero k'okunaazibwa n'okusonyiyibwa kw'ebibi by'omusajja ono. Isaaya 59:1-2 watugamba, "Laba: omukono gwa MUKAMA teguyimpawadde n'okuyinza ne gutayinza kulokola: so n'okutu kwe tekumuggadde, n'okuyinza ne kutayinza kuwulira: naye obutali butuukirivu bwammwe bwe bwawudde mmwe ne Katonda wammwe, n'ebibi byammwe bye bimukwesezza amaaso, n'atayagala kuwulira."

Nga Katonda bwe yasuubiza mu 2 By'omumirembe 7:14, "Abantu bange abatuumiddwa erinnya lyange bwe baneetoowaazanga ne basaba ne banoonya amaaso gange ne bakyuka okuleka amakubo gaabwe amabi; kale naawuliranga nga nnyima mu ggulu ne nsonyiwa okwonoona kwabwe ne mponya ensi yaabwe," okusobola okufuna okuddibwaamu okuva eri Katonda, olina okwetunulamu mu mazima, oweeyo omutima gwo, era weenenye.

### Biki bye tulina okwenenya mu maaso ga Katonda?

Ekisooka, olina okwenenya olw'okuba wali tokkiririza mu Katonda era nga tokkirizanga Yesu Kristo. Mu Yokaana 16:9, Yesu atugamba nti Omwoyo Omutukuvu ajja kulumiriza ensi olw'ekibi, olw'okuba abantu tebaamukkiririzaamu. Olina okukitegeera nti obutakkiriza Mukama kibi, nga n'olwekyo olina okukkiririza mu Mukama ne Katonda.

Eky'okubiri, bw'oba ng'obadde toyagala baganda bo, olina

okwenenya. 1 Yokaana 4:11 watugamba, "Abaagalwa, nga Katonda bwe yatwagala bw'atyo, naffe kitugwanira okwagalananga." Bw'oba nga muganda wo takwagala, mu kifo naawe okumukyaawe, olina okubeera omugumiikiriza era ng'osonyiwa. Olina n'okwagala omulabe wo, onoonye okusooka emiganyulo gye, nga olowooza n'okumukolera nga weeteeka mu ng'ato ze. Bw'obeera oyagala abantu bonna, Katonda naye ajja ku kulaga ekisa, okusaasira, n'emirimu gy'okuwonyezebwa.

Eky'okusatu, Bw'oba nga bulijjo osabira bigendererwa byo, olina okwenenya. Katonda tasanyukira abo abasaba n'okweyagaliza bokka na bokka. Tajja kukuddamu. Kati okuva leero olina okusaba okusinziira ku kwagala kwa Katonda.

Eky'okuna, bw'oba ng'osabye naye n'obuusabuusa, olina okwenenya. Yakobo 1:6-7 wasoma, "Naye asabenga mu kukkiriza, nga taliiko ky'abuusabuusa; kubanga abuusabuusa afaanana ng'ejjengo ery'ennyanja eritwalibwa empewo ne lisuukundibwa. Kubanga omuntu oyo talowoozanga ng'aliweebwa ekintu kyonna eri Mukama waffe." Na bwe kityo, bwe tusaba, tulina okusaba n'okukkiriza ne tumusanyusa. Era, nga Abaebulaniya 11:6 bwe watujjukiza, "era awataba kukkiriza tekiyinzika kusiimibwa; kubanga ajja eri Katonda kimugwanira okukkiriza nga Katonda waali," ssuula eri okubuusabuusa kwo era osabe na kukkiriza kwokka.

Eky'okutaano, Bw'oba nga togondedde mateeka ga Katonda, olina okwenenya. Nga Yesu mu Yokaana 14:21 bwatugamba, "Oyo alina ebiragiro byange, n'abikwata, oyo nga ye anjagala: anjagala anaayagalibwanga Kitange, nange nnaamwagalanga, nnaamulabikiranga," bw'olaga obukakafu bw'okwagala kwo eri Katonda ng'ogondera amateeka Ge, osobola okufuna okuddibwaamu okuva eri Ye. Bulijjo tutera okulaba abakkiriza ng'abagwa ku bubenje. Ekyo kibaawo lwakuba abasinga ku bo tebakuuma lunaku lwa Katonda nga lutukuvu oba okuwaayo ekimu eky'ekkumi kyonna. Olw'okuba tebagondera ebiragiro ebikulu ennyo eri abakristaayo, Amateeka Ekkumi, tebasobola kuteekebwa wansi w'obukuumi bwa Katonda. Mw'abo abagondera amateeka Ge n'obwesigwa, abamu ku bo bagwa ku bubenje lwa nsobi zaabwe ze nnyini. Wabula era, bakuumibwa Katonda. Mu mbeera ng'eno, abantu munda mu mmotoka basigala nga tebakoseddwa wadde ng'ayo eweddewo, olw'okuba Katonda abaagala era abalaga obukakafu bw'okwagala Kwe.

Era, abantu ababadde tebamanyi Katonda batera okuwona amangu bwe babeera babasabidde. Kino kiri bwe kityo lwa kuba eky'okuba nti bazze mu kanisa n'akyo ku bwakyo kikolwa kya kukkiriza, era Katonda akolera mu bo. Wabula, abantu bwe babeera n'okukkiriza era nga bamanyi amazima naye ne bagenda mu maaso n'okujeemera amateeka ga Katonda era ne batatambulira mu kigambo Kye, kino kifuuka ekisenge wakati wa Katonda n'abantu abo, n'olwekyo tebafuna kuwonyezebwa. Ensonga lwaki Katonda akola n'amaanyi mu bantu abatali bakkiriza mu Kuluseedi Ez'amaanyi eziri emitala w'amayanja lwakuba abo abasinza bakatonda abalala bwe bawulira amawulire ne bajja mu kuluseedi zino ekyo kyokka kitwalibwa ng'ekikolwa eky'okukkiriza mu maaso ga Katonda.

Eky'omukaaga, bw'oba ng'obadde tosiga, olina okwenenya. Nga mu Bagalatiya 6:7 bwe watugamba, "Kubanga omuntu kyonna ky'asiga era ky'alikungula," okusobola okulaba amaanyi ga Katonda, olina okusooka okubeerawo mu kusaba okw'okusinza obutayosa. Jjukira nti bw'osiga n'omubiri gwo, ojja kufuna emikisa gy'okubeera omulamu, era bw'osiga n'eby'obugagga byo, ojja kufuna emikisa gy'obugagga. N'olwekyo, bw'oba obadde oyagala okukungula awatali kusiga, ekyo olina okukyenenyeza.

1 Yokaana 1:7 wasoma, "Bwe tutambulira mu musana, nga ye bw'ali mu musana, tussa kimu fekka na fekka, n'omusaayi gwa Yesu Omwana we gutunaaazaako ekibi kyonna." Era, nga twenywereza ku bisuubizo bya Katonda mu 1 Yokaana 1:9, "bwe twatula ebibi byaffe, ye wa mazima era omutuukirivu

okutusonyiwa ebibi byaffe, n'okutunaazaako byonna ebitali bya butuukirivu," kakasa nti weetunuddemu wenna gy'ovudde, weenenye, era otambulire mu kitangaala.

K'ofune okusaasira kwa Katonda, ofune buli kimu ky'osaba, era olw'amaanyi Ge oleme kufuna mikisa gya bulamu gyokka, wabula n'emikisa mu mbeera yonna na buli kimu mu bulamu, mu linnya lya Mukama waffe Yesu Kristo Nsabye!

*Obubaka 9*
# Obugabirizi bwa Katonda obutaggwaawo

# Ekyamateeka olw'okubiri 26:16-19

*Leero MUKAMA Katonda wo akulagira okukolanga amateeka gano n'emisango: kyonoovanga ebyekuuma n'obikola n'omutima gwo gwonna n'emmeeme yo yonna. Oyatudde leero MUKAMA nga ye Katonda wo, era ng'onootambuliranga mu makubo Ge, ne weekuumanga amateeka Ge n'ebiragiro Bye n'emisango Gye, n'owuliranga eddoboozi Lye. Era MUKAMA ayatudde leero ggwe okubeeranga eggwanga ery'envuma eri Ye yennyini, nga bwe yakusuubiza, era weekuumenga ebiragiro Bye byonna era akugulumizenga okusinga amawanga gonna Ge yakola, olw'ettendo n'olw'erinnya n'olw'ekitiibwa; era obeerenga eggwanga ettukuvu eri MUKAMA Katonda wo, nga bwe yayogera*

Abantu bwe bagambibwa okulondawo okwagala okusingayo, bangi bajja kulondawo okwagala kw'omuzadde, naddala okwagala kwa maama eri omwana we omuto. Kyokka, tusanga mu Isaaya 49:15, "Omukazi ayinza okwerabira omwana we ayonka, obutasaasira mwana wa nda ye: weewaawo, abo bayinza okwerabira, naye siikwerabirenga ggwe." Okwagala kwa Katonda okungi tekuyinza kugeraageranyizibwa ku kwagala kwa maama eri omwana we omuto.

Katonda kwagala ayagala abantu bonna baleme kutuuka mu bulokozi kyokka, wabula n'okweyagalira mu bulamu obutaggwaawo, emikisa, n'essanyu mu ggulu ery'ekitiibwa. Eyo yensonga lwaki Avunnusa abaana Be mu kugezesebwa n'okubonaabona era ayagala abawe buli kimu kye basaba. Katonda era akulembera buli omu ku ffe okutambulira mu bulamu obw'eby'amagero si ku nsi wokka, naye ne mu bulamu obutaggwaayo obunaatera okujja.

Kati, okuyita mu maanyi n'obunnabbi Katonda byakkiriza okukolera mu ffe mu kwagala Kwe, tujja kwekenneenya obugabirizi bwa Katonda eri Ekanisa ya Manmin Enkulu.

## Okwagala kwa Katonda Kwagala Okulokola Emyoyo Gyonna

Bino wammanga Tubisanga mu 2 Peetero 3:3-4:

Nga mumaze okusooka okutegeera kino, nga mu nnaku ez'oluvannyuma abasekerezi balijja n'okusekerera, era batambula okugobereranga okwegomba kwabwe bo ne boogera nti Okusuubiza kw'okujja Kwe kuli luuyi wa? Kubanga, bajjajjaffe kasookedde beebaka, byonna bibeera bwe bityo nga bwe byabanga okuva ku kutondebwa."

Waliwo abantu bangi abatajja kutukkiririzaamu bwe tubagamba ku nkomerero y'ensi. Nga bulijjo omusana bwe guzze guvaayo era ne guddayo, ng'abantu bwe bazze bazaalibwa era ne bafa, n'obulabufu bubadde bajja bweyongera, abantu ng'abo kye bava balowooza nti buli kimu kijja kusigala bwe kityo.

Nga bwe waliyo entandikwa n'enkomerero ku bulamu bw'omuntu, era bwe wabaawo entandikwa y'ebyafaayo by'omuntu, ddala wateekwa okubaayo enkomerero y'abwe. Ekiseera Katonda wanaayagalira bwe kinaatuuka, buli kimu mu nsi kijja kutuuka ku nkomerero. Abantu bonna abaali babadde ku nsi okuva ku Adamu bajja kusalirwa omusango. Okusinziira ku ngeri omuntu gye yabeeranga ku nsi, ajja kugenda mu ggulu oba mu ggeyeena.

Ku ludda olumu, abantu abakkiririza mu Yesu Kristo era nga batambulira mu kigambo kya Katonda bajja kuyingira eggulu. Ku ludda olulala, abantu abatakkiriza wadde nga baali babuuliddwa enjiri, n'abo abantu abatatambulira mu kigambo kya Katonda kyokka ne batambulira mu kibi n'obubi, wadde baatula nti bakkiririza mu Mukama, bajja kugwa mu ggeyeena. Eyo yensonga lwaki Katonda ayagala nnyo enjiri okubuna wonna mu bwangu nga bwe kisoboka, waakiri omwoyo omulala gugattibwe ku bulokozi.

## Amaanyi ga Katonda Gabunyizibwa Wonna mu Biseera by'Enkomerero

Ensonga yennyini lwaki Katonda ataddewo Ekanisa ya Manmin Enkulu era n'alagiramu amaanyi ag'ewuunyisa y'eno. Okuyita mu kulaga kw'amaanyi Ge, Katonda ayagala okuteekawo obukakafu bw'okubeerayo kwa Katonda omutuufu, asobole okutangaaza abantu ku kubaayo kw'eggulu ne Ggeyeena. Nga Yesu bwe yatugamba mu Yokaana 4:48, "Bwe mutaliraba bubonero n'ebyamagero temulikkiriza n'akatono," naddala mu kiseera kino ng'ekibi n'obubi byeyongedde nga n'okumanya kweyongedde, emirimu egy'amaanyi agasobola okunafuya n'okumenyaamenya endowooza z'abantu gye gikomywe okwetaagisa. Eyo yensonga lwaki, mu kiseera kino eky'enkomerero, Katonda ateekateeka Manmin era n'agiwa omukisa n'amaanyi agakula buli lukya.

Era, okuteekateeka omuntu Katonda kwe yakola n'akwo kutandise okutuuka ku nkomerero yaakwo. Okutuuka ng'ekiseera Katonda waliyagalira kituuse, amaanyi geetaagibwa ng'ekikozesebwa ekisobola okulokola abantu bonna abalina omukisa ogw'okufna obulokozi. N'amaanyi gokka abantu abalala lwe basobola okutwalibwa eri obulokozi mu bwangu.

Olw'okuyigganyizibwa n'okubonyaabonyezebwa, mu mawanga agamu mu nsi, kizibu ddala okusaasaanyayo enjiri, kyokka nga waliyo abantu bangi abatannawulira ku njiri. Era, ne mw'abo abaatula okukkiriza kwabwe mu Mukama, omuwendo gw'abantu abalina okukkiriza okutuufu si bangi ng'abantu bwe balowooza. Mu Lukka 18:8 Yesu atugamba, "Naye Omwana w'omuntu bw'alijja, aliraba okukkiriza ku nsi?" Abantu bangi bagenda mu kanisa, naye nga tebalina njawulo nnene n'abantu ba nsi, kubanga bagenda mu maaso n'okutambulira mu kibi.

Kyokka, ne mu nsi oba mu bitundu eby'ensi awali okuyigganyizibwa okw'obukristaayo okungi, abantu bwe balaba ku mirimu gy'amaanyi ga Katonda, okukkiriza okutatya kufa kukula n'okusaasaanyizibwa omuliro ogw'enjiri kweyongera. Abantu abatambulira mu kibi nga tebalina kukkiriza kutuufu kati baddizibwaamu amaanyi okutambulira mu kigambo kya Katonda bwe beerabira bennyini ku mirimu gy'amaanyi ga Katonda Omulamu.

Ku mirimu gy'obuminsane gye tutwala emitala w'amayanja, Mbadde mu nsi ezirina amateeka agagaana okukyusa abantu n'okubuulira enjiri era nga bayigganya ekanisa. Ndabye mu nsi nga Pakistan ne mu matwale ga Buwalabu, nga mu nzi zino zonna obusiraamu bwe bukulembedde, ne mu Buyindi ewafumbekedde enzikiriza y'eki Hindu, nga ddala Yesu Kristo bwaweerwa obujulizi n'obukakafu abantu bwe basobola okukkiririza mu Katonda bulabisibwa, emyoyo egitabalika gikyuse era n'egirokoka. Ne bwe baba nga babadde basinza bakatonda abalala, bwe balaba emirimu egy'amaanyi ga Katonda, abantu bakkiririza mu Yesu Kristo awatali kutya wadde okutya ebinaava mu kumenya amateeka. Kino kiraga lwatu obukulu bw'amaanyi ga Katonda.

Ng'omulimi bwakungula ebirime bye mu biseera eby'amakungula, Katonda alaga amaanyi ag'ewunyisa asobole okukungula emyoyo egy'okufuna obulokozi mu nnaku ez'oluvannyuma.

## Obubonero obw'ebiro eby'oluvanyuma obwandiikibwa mu Baibuli

Ne mu kigambo kya Katonda ekyawandiikibwa mu Baibuli, tusobola okumanya nti ekiseera kye tulimu kisemberedde enkomerero. Wadde Katonda tatugambye nnaku z'ennyini wadde essaawa enkomerero wenaatuukira, Atubbiddeko kw'ebyo bye tuyinza okulabirako enkomerero y'ensi. Nga bwe tuyinza okuteebereza nti enkuba eyinza okutonya bwe tulaba ng'ebire bikutte, mu ngeri ebyafaayo gye bitambulamu, n'obubonero mu Baibuli butusobozesa okuteebereza ennaku ez'oluvanyuma.

Okugeza, mu Lukka 21 tusanga, "Bwe muliwuliranga entalo n'ebikankano, temwekanga: kubanga ebyo kibigwanira okusooka okujja; naye enkomerero terituuka mangu ago" (olu.9), era "walibaawo n'ebikankano ebinene, ne mu bifo ebirala enjala ne kawumpuli; walibaawo n'ebitiisa n'obubonero obunene obuva mu ggulu" (olu.11).

Mu 2 Timoseewo 3:1-5, wasoma bwe wati:

Naye tegeera kino nga mu nnaku ez'oluvannyuma ebiro eby'okulaba ennaku birijja. Kubanga abantu baliba nga beeyagala bokka, abaagala ebintu, abeenyumiriza, ab'amalala, abavumi, abatagondera bazadde baabwe, abateebaza, abatali batukuvu, abatayagala ba Luganda, abatatabagana, abawaayiriza, abateegendereza, abakambwe, abakakanyavu, abeegulumiza, abaagala essanyu okusinga Katonda; nga balina ekifaananyi ky'okutya Katonda, naye nga beegaana amaanyi gaakwo; era nabo obakubanga amabega.

Waliwo ebikankano n'obubonero okwetooloola ensi yonna, era omutima n'endowooza z'abantu byeyongedde okufuuka ebivundu olwaleero. Buli wiiki, ndabayo eggulire kw'ebyo ebibaddewo n'obubenje, era nga amawulire eg'ekika kino gagenze geeyongera. Kino kitegeeza nti waliwo ebibonoobono bingi n'ebikankano, n'obubi obukolebwa nga bino bigenda byeyongera mu nsi.

Kyokka, abantu ebibonoobono bino n'ebikankano tebabitwala nga bikulu nga bwe kirina okuba. Olw'okuba balaba n'okuwulira ebintu bingi eby'ekika ekyo, era abantu babimanyidde. Bangi ku bo, emisango eminene, entalo ez'amaanyi, ebigwa bitalaze, n'abafudde oba abakoseddwa olw'enjege ng'ezo tebakyabitwala nga kikulu. Ebintu nga bino bye byakolanga emitwe emikulu mu mawulire. Okujjako nga nga bikute nnyo ku bantu oba nga bituuse kw'abo be bamanyi, naye abantu abasinga ebintu ng'ebyo si bikulu nnyo era akaseera kayitawo katono ne babyerabira.

Engeri ebyafaayo gye bigenda bibaawo, abantu abazuukufu era nga bawuliziganya bulungi ne Katonda balaba mu ddoboozi limu nti okujja kwa Mukama okw'omulundi ogw'okubiri kuli kumpi.

## Obunnabbi ku Biro Eby'oluvannyuma

N'ekigendererwa kya Katonda ku Kanisa ya Manmin Enkulu Okuyita mu bunnabbi bwa Katonda obwabikkulirwa Manmin, tusobola okumanya nti ddala eno y'enkomerero y'ebiro. Okuva Manmin lwe yatandikibwaawo okutuuka leero, Katonda abadde atugambirangawo ebiba eby'okuva mu kulonda kw'abakulembeze n'ababaka, okufa kw'abantu abakulu era abamanyiddwa ennyo mu ggwanga ly'e Korea n'emitala w'amayanja, n'ebintu ebirala bingi ebize bigwaawo ebibadde eby'ebyafaayo mu nsi.

Emirundi mingi, ebyama bino mbyassiza mu nnukuta ezifunziddwa eziyimirawo ku lw'amanya ago, mu butabo obw'ekanisa obufuluma buli wiiki. Ebyogerwako bwe biba bikulu nnyo, mbigambako abantu abatonotono. Mu myaka egiyise, mbadde nangiriranga ku kituuti okubikkulirwa okukwata ku nsi ye Korea Ey'ekyengulu, Amerika, n'ebirala ebijja okubaawo okwetooloola ensi. Obunnabbi obusinga buzze butuukirira nga bwe bwayogerebwa, era waliwo n'obunnabbi obunaatera okutuukirizibwa obukwata ku bintu ebigenda mu maaso oba ebijja okubaawo mu maaso eyo. Ekikulu ekitayinza kubuusibwa maaso kwe kuba nti obunnabbi bwonna ku bintu ebinaatera okubaawo bukwata ku biro eby'oluvanyuma. Mu byo mwe muli Enteekateeka ya Katonda eri Ekanisa ya Manmin Enkulu, ka twekenenye ku bumu ku bunnabbi buno.

### Obunnabbi obusooka bukwata ku nkolagana ya Korea ey'ekyengulu ne ey'ekyemmanga.

Okuva Manmin lwe yatandikibwaawo, Katonda agibikkulidde bingi ebikwata ku ggwanga lya Korea ey'ekyengulu. Kino kiri bwe kityo lwa kuba tulina okuyitibwa ku ffe okw'okubuulira enjiri abantu ba Korea ey'ekyengulu mu nnaku ez'oluvannyuma. Mu 1983, Katonda yatugambirawo ku lukung'ana olwali olw'okubaawo wakati w'abakulembeze ba Korea ey'ekyengulu n'ey'ekyemmanga ne binaabaawo oluvannyuma. Nga lwa kaggwa, Korea ey'ekyengulu yali yakuggulawo enzigi zaayo eri ensi okumala akaseera katono, kyokka yali yakuddamu okuziggala nga tewannayita bbanga ddene. Katonda yatugambirawo nti Nga Korea ey'ekyengulu egguddewo, enjiri ey'obutuukirivu n'amaanyi ga Katonda bijja kuyingira eggwanga eryo era wabeewo okubuulira enjiri n'okukyuka. Katonda yatugamba okujjukira nti Okudda kwa Mukama kujja kuba kuli kumpi, abantu b'omu ggwanga lya Korea ey'ekyengulu n'eyekyemmanga bwe banaaba n'engeri gye beeyisaamu. Kyokka Katonda yang'amba okukuuma engeri eno Korea ebbiri gye 'zinaaba zeeyisaamu' ng'ekyama, Era sinnakkirizibwa kufulumya mawulire ago.

Nga abasinga ku mmwe bwe mumanyi, olukung'ana lw'abakulembeze ba Korea ey'ekyengulu n'eyekyemmanga lwabaawo mu mwaka gwa 2000. Era osobola okuwulira nti Korea ey'eky'engulu ejja kugonda eggulewo enzigi zaayo mu bbanga si ddene olw'amaanyi agagiteereddwako ensi ez'amaanyi.

**Obunnabi obw'okubiri bukwata ku kulagirwa okubuulira enjiri mu nsi yonna.**

Katonda ategekedde Manmin kuluseedi z'emitala w'amayanja ng'eyo enkumi n'enkumi, n'obakadde bw'abantu bukung'ana, era n'atuwa omukisa okutambuza ekigambo amangu n'amaanyi Ge ag'ewuunyisa. Mulimu kuluseedi eyayitibwa Holy Gospel Crusade eyali mu Uganda, ng'era amawulire agagikwatako gayita ku mikutu gy'ensi yonna ku mukutu gwa CNN; kuluseedi eyayitibwa Healing Crusade mu Pakistan, ng'eno yanyeenya ensi ensiraamu era n'eggulawo olugi lw'obu minsane mu Massekati g'Ebuvanjuba; kuluseedi eyayitibwa Holy Gospel Crusade eyali e Kenya ng'eno bangi, n'endwadde nnyingi, omuli ne SIRIIMU, zawonyezebwa; eyayitibwa United Healing Crusade eyali mu Philippines ng'eyo amaanyi ga Katonda g'alagibwa mu maanyi; eyayitibwa Miracle Healing Crusade eyali e Honduras, ng'eno yaleeta omuyaga gw'Omwoyo Omutukuvu; n'eyayitibwa Miracle Healing Prayer Festival mu Buyindi, ng'eno we waali abantu ab'enzikiriza y'eki Hindu abasinga obungi mu nsi yonna, era eno abantu abassuka mu bukadde obusatu baakung'ana mu kuluseedi eyamala ennaku nnya. Kuluseedi zino zonna zikoze nga okulinnyirwa Manmin kwenneerinnya okusobola okuyingira mu Isiraeri, ng'eno gye bajja okusembera.

Wansi w'enteekateeka Ye amakula ey'okuteekateeka omuntu, Katonda yatonda Adamu ne Kaawa, era ng'obulamu bumaze okutandika ku nsi, omuntu yagenda nga yeeyongera. Mu bantu abangi, Katonda yalondamu eggwanga limu, Isiraeri, nga ly'ava mu zzadde lya Yakobo. Okuyita mu by'afaayo by'aba Isiraeri,

Katonda yayagala okubikkula ekitiibwa Kye n'ekigendererwa Kye eky'okuteekateeka omuntu si eri aba Isiraeri bokka, wabula n'eri abantu bonna mu nsi. Abantu ba Isiraeri bakola ng'eky'okulabirako eky'okuteekateeka omuntu, era ebyafaayo bya Isiraeri, nga Katonda Yennyini y'abifuga, si byafaayo bya ggwanga limu lyokka wabula obubaka Bwe eri abantu bonna. Era, ng'okuteekateeka abantu okwo okwatandikira ku Adamu tekunnaggwa, Katonda ayagala enjiri okuddayo mu Isiraeri, ng'eyo gye yatandikira. Wabula, kikyali kizibu ddala okuteekayo olukung'ana lw'abakristaayo n'okusaasaanya enjiri mu Isiraeri. Okulagibwa kw'amaanyi ga Katonda agayinza okunyeenya eggulu n'ensi kwetaagibwa mu Isiraeri era okutuukiriza enteekateeka ya Katonda eno kwe kuyitibwa kwa Manmin mu biro eby'oluvanyuma.

Okuyita mu Yesu Kristo, Katonda atuukirizza ekigendererwa ky'okulokola abantu, era n'akkiriza omuntu yenna akkiriza Yesu ng'Omulokozi we okufuna obulamu obutaggwaawo. Wabula abantu ba Katonda abalonde, tebakkiririza mu Yesu ng'Omununuzi. Era, okutuuka ng'abaana Be batwaliddwa mu bbanga, abantu ba Isiraeri bajja kuba tebategeeranga kigendererwa kya bulokozi okuyita mu Yesu Kristo.

Mu biro eby'oluvanyuma, Katonda ayagala abantu ba Isiraeri

beenenye era bakkirize Yesu ng'Omulokozi waabwe basobole okutuuka eri obulokozi. Eyo yensonga lwaki Katonda akkirizza enjiri y'obutuukirivu okuyingira era ebune Isiraeri yonna okuyita mu kuyitibwa okw'ekitiibwa Kwatadde ku Manmin. Ng'okulinnyibwa okukulu ennyo okw'okubunyisa enjiri mu massekati ga Buvanjuba kwateekebwaawo mu gw'okuna gwa 2003, okusinziira ku kwagala kwa Katonda, Manmin ejja kukola enteekateeka ennungi ddala ez'enjiri okudda mu Isiraeri era tutuukirize ekigendererwa kya Katonda.

## Obunnabbi obw'okusatu bukwata ku kuzimba Yeekaalu Amakula.

Nga Manmin yakatandikibwaawo, nga'atulaga ekigendererwa Kye mu biro eby'oluvanyuma, Katonda yatuyita okuzimba Yeekaalu Amakula eyo eneeraga ekitiibwa kya Katonda eri abantu bonna mu nsi.

Mu biseera by'Endagaano Enkadde, kyali kisoboka okufuna obulokozi olw'ebikolwa. Wadde ng'ekibi mu mutima gw'omuntu yabanga takisudde, kasita teyakikolanga ku ngulu, omuntu yenna yalinga asobola okulokolebwa. Mu biseera by'Endagaano Enkadde, kyalinga ekifo abantu mwe baasinzizanga Katonda n'ebikolwa, ng'amateeka bwe gaalagiranga.

Wabula mu biseera by'Endagaano Enkadde, Yesu yatuukiriza amateeka mu kwagala, era olw'okukkiriza kwaffe mu Yesu Kristo tufunye obulokozi. Yeekaalu Katonda gyayagala mu biseera by'Endagaano Empya tejja kuzimbibwa lwa bikolwa byokka wabula n'omutima. Yeekaalu eno yaakuzimbibwa abaana ba Katonda abatuufu abo abegyeeko ebibi byabwe, n'omutima ogutukuziddwa n'okwagala kwabwe Gyali. Eyo yensonga lwaki Katonda yakkiriza Yeekaalu mu biseera by'Endagaano Enkadde okwonoonebwa era n'ayagala yeekaalu empya ey'amakulu ag'omwoyo amatuufu okuzimbibwa.

N'olwekyo, abantu ab'okuzimba Yeekaalu Amakula balina okuba nga bayitibwa beesimbu mu maaso ga Katonda. Balina okubeera abaana ba Katonda abakomodde emitima gyabwe, abalina omutima omutukuvu era omuyonjo, era nga bajjudde okukkiriza, essuubi n'okwagala. Katonda bwanaalaba Yeekaalu Amakula ng'ezimbiddwa abaana Be abatukuziddwa, Ajja kuba abudaabudiddwa si lwa ndabika yaayo yokka. Wabula, Yeekaalu Amakula, ejja kumujjukiza engeri Yeekaalu gy'eneeba ezimbiddwaamu, era ajjukire buli omu ku baana Be abatuufu abo ebibala by'amaziga Ge, okwewaayo, n'okugumiikiriza.

Yeekaalu Amakula ejja kuba erina amakulu g'amaanyi. Ejja

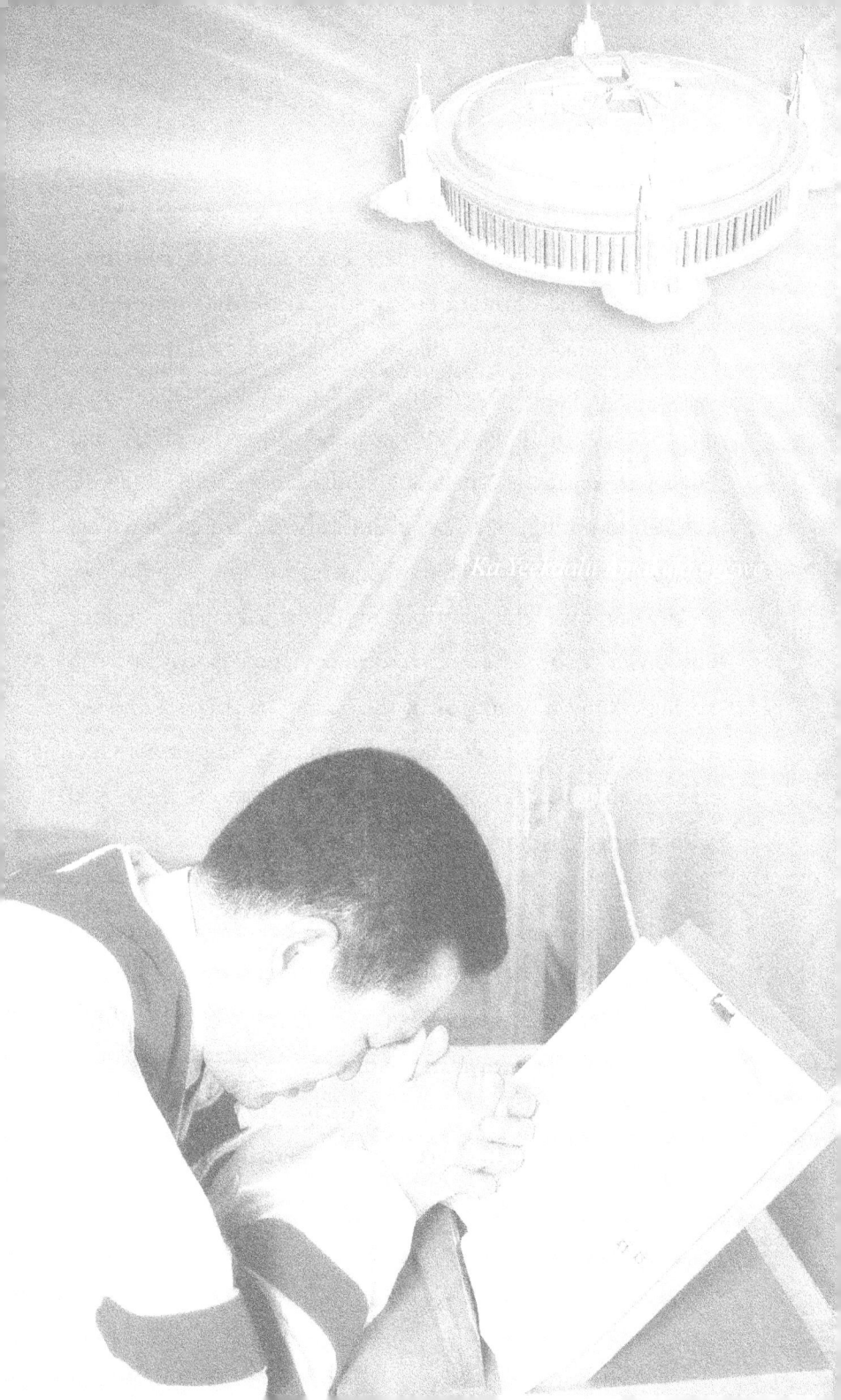

kukola ng'ekijjukizo eky'okuteekateeka kw'omuntu saako okukola ng'akabonero akabudaabuda Katonda oluvannyuma lw'okukungula ebimera ebirungi. Ezimbibwa mu nnaku ez'oluvannyuma kubanga kijjukizo ekijja okulaga ekitiibwa kya Katonda eri abantu bonna ab'ensi. Ng'etudde ku bugazi bwa mita 600 (ze ffuuti nga 1970 ) ne mita nsanvu (ffuuti 230) mu buwanvu, Yeekaalu Amakula kizimbe kinene ddala nga kijja kukolebwa mu buli kika kya kizimbisibwa ekirungi ennyo era ekitalabikalabika, era eky'omuwendo, era mu buli kizimbiddwa n'okuwundibwa, ekitiibwa kya Yerusaalemi Empya, ebitonde eby'ennaku omukaaga, n'amaanyi ga Katonda bijja kuzingirwamu. Looking on at the Grand Sanctuary alone will suffice to compel people to feel the majesty and glory of God. Even nonbelievers will be astonished at its sight and acknowledge His glory.

Ekisembayo, okuzimba Yeekaalu Amakula kwe kutegeka ekyombo ng'omwo emyoyo egitabalika mwe gijja okufunira obulokozi. Mu nnaku ez'oluvannyuma ng'ekibi n'obubi byeyongedde, nga bwe kyali mu biseera bya Nuuwa, ng'abantu abakulembeddwaamu abaana ba Katonda, baayita abeesimbu bajja mu Yeekaalu Amakula era ne bajja okumukkiririzaamu, basobola okulokolebwa. Abantu bajja kweyongera okuwulira amawulire ag'ekitiibwa kya Katonda n'amaanyi, era bajja kwetuukira beerabireko bennyini. Bwe bajja, obukakafu bwa Katonda obutabalika bujja kulagibwa. Bajja na kusomesebwa ebyama by'ensi ey'omwoyo era batangaazibwe ku kwagala kwa Katonda oyo anoonya okukungula abaana abatuufu abafaanana ekifaananyi Kye.

Yeekaalu Amakula ejja kukola ng'ekinnyusi ky'ekitundu ekisembayo eky'okubunyisa enjiri ng'okudda kwa Mukama okw'omulundi ogw'okubiri tekunnaba. Era, Katonda agambye Manmin nti ekiseera ky'okuzimba Yeekaalu Amakula bwe kinaatuuka, Ajja kuleeta bakabaka era bannagagga ab'amaanyi bayambeko mu kuzimba.

Okuva lwe yatandikibwa, Katonda atulaze obunnabbi ku nnaku ez'oluvannyuma n'enteekateeka Ye eri Ekanisa ya Manmin Enkulu. N'olwaleero, Agenze mu maaso n'okulaga amaanyi agagenda geyongera era atuukiriza Ekigambo Kye. Mu byafaayo by'ekanisa, Katonda Yennyini azze akulemberamu Manmin okusobola okutuukiriza ekigendererwa Kye. Era, okutuuka ekiseera Mukama lw'alidda, Ajja kutukulembera tutuukirize obuvunaanyizibwa bwonna bwatukwasizza era alage ekitiibwa kya Mukama eri ensi yonna.

Mu Yokaana 14:11, Yesu atugamba nti "Munzikirize nga nze

ndi mu Kitange, ne Kitange mu nze: oba munzikirize olw'emirimu gyokka." Mu Eky'amateeka Olw'okubiri 18:22, tusanga nti, "Nnabbi bw'anaayogeranga mu linnya lya Mukama, ekigambo ekyo bwe kitajja so tekituukirira, ekyo kye kigambo Mukama ky'atayogedde: nnabbi ng'akyogedde nga yeetulinkiridde, tomutyanga." Nsuubira nti ojja kutegeera ekigendererwa kya Katonda okuyita mu maanyi n'obunnabbi obulagibwa era obubikkuliddwa mu Kanisa ya Manmin Enkulu.

Mu kutuukiriza ekigendererwa Kye okuyita mu kanisa ya Manmin Enkulu mu nnaku ez'oluvannyuma, Katonda ekanisa eno teyagiza buggya oba okugiwa amaanyi mu kiro kimu. Atutendese okusoba mu myaka amakumi abiri. Nga bw'olinya akasozi akawanvu era akagulumivu n'okusaabalira mu mayengo amanene ku nnyanja esiikuuse, Azze atudding'anya mu bigezo era, olw'abantu abayise ebigezo bino n'okukkiriza okunyweevu, ateeseteese ekibya ekiyinza okutuukiriza okubunyisa enjiri eri ensi yonna.

Kino kituukira ne ku kinnoomu ku mmwe. Okukkiriza okwo omuntu kw'ayinza okuyingirirako mu Yerusaalemi tekukula wadde okukulaakulana mu lunaku lumu; olina okubeera omuzuukufu bulijjo era nga weetegekedde olunaku

Mukama waffe lw'alidda. Ekisinga byonna, mmenyaamenya ebisenge by'ebibi byonna era, n'okukkiriza okutakyukakyuka era okw'amaanyi, odduke eri eggulu. Bw'otambula ng'ogenda mu maaso n'okusalawo okw'ekika kino, Katonda awatali kubuusabuusa kwonna ajja kuwa omwoyo gwo omukisa okutambula obulungi era addemu okuyaayaana kw'omutima gwo. Era, Katonda ajja kukuwa obusobozi obw'omwoyo n'obuyinza nga mu byo osobola okukozesebwa ng'ekibya Kye eky'omuwendo olw'ekigendererwa Kye eky'ennaku ez'oluvannyuma.

Ka buli omu anyweze okukkiriza kwe okw'amaanyi okutuusa nga Mukama akomyewo era osisinkane Naye nate mu ggulu ery'olubeerera ne mu kibuga ekya Yerusaalemi Empya, mu linnya lya Mukama waffe Yesu Kristo Nsabye!

Ebifa ku Muwandiisi
# Dr. Jaerock Lee

Dr. Jaerock Lee Yazaalibwa Muan, ekisangibwa mu ssaza lye Jeonnam, mu Nsi ye Korea, mu mwaka gwa 1943. Ng'ali mu myaka amakumi abiri, Dr. Lee yabonaabona n'endwadde nnyingi ez'olukonvuba okumala emyaka musanvu era ng'alinda bulinzi kufa awatali ssuubi lya kuwona. Wabula lumu mu biseera eby'omusana mu mwaka gwa 1974, yatwalibwa mwannyina mu kanisa era bwe yafukamira wansi okusaba, amangu ago Katonda Omulamu n'amuwonya endwadde ze zonna.

Okuva Dr. Lee bwe yasisinkana Katonda Omulamu okuyita mu ngeri ennungi bw'etyo, ayagadde Katonda n'omutima gwe gwonna era n'amazima, era mu mwaka gwa 1978 yayitibwa okuba omuweereza wa Katonda. Yasaba n'amaanyi ge gonna asobole okutegeera obulungi okwagala kwa Katonda, alyoke akutuukirize mu bujjuvu era agondere Ebigambo bya Katonda byonna. Mu 1982, yatandika ekanisa eyitibwa Manmin Central Church esangibwa mu kibuga Seoul, eky'omu nsi ye Korea, era eby'amagero bya Katonda ebitabalika, omuli okuwonya okw'ebyamagero bizze bibeerawo mu kanisa ye.

Mu 1986, Dr. Lee yatikkirwa ku mukolo Annual Assembly of Jesus ogwali mu Sungkyul Church of Korea, n'afuuka omusumba era oluvanyuma lw'emyaka ena mu mwaka gwa 1990, obubaka bwe bwatandika okuzanyibwa ku butambi mu nsi ya Australia, Russia, Philippines, n'ensi endala nnyingi ku mikutu nga Far East Broadcasting Company, Asia Broadcast Station, ne Washington Christian Radio System.

Nga wayise emyaka essatu mu 1993, Manmin Central Church yalondebwa okuba "emu ku kanisa 50 ezikulembedde mu nsi yonna" nga bino byafulumizibwa aba Christian World magazine (ng'efulumira mu Amerika) era n'afuna ekitiibwa ky'obwa Dokita mu By'eddiini okuva mu ttendekero eriyitibwa Christian Faith College, eky'omu kibuga Florida, ekisangibwa mu Amerika, era mu 1996 yaweebwa eky'obwa ssabakenkufu mu ttendekero lye Kingsway Theological Seminary, eky'omu kibuga Iowa, mu Amerika.

Okuva omwaka gwa 1993, Dr. Lee akulembeddemu okutambuza enjiri mu nsi yonna okuyita mu kuluseedi ennyingi z'akubye emitala w'amayanja nga kuluseedi eyali e Tanzania, Argentina, L.A., Baltimore City, Hawaii, ne New York City eky'omu Amerika, Uganda, Japan, Pakistan, Kenya, Philippines, Honduras, India, Russia, Germany, Peru, Democratic Republic of the Congo, ne Israel. Mu 2002 empapula ez'amaanyi mu Korea z'amuyitanga "omusumba ow'ensi yonna" olw'emirimu gye mu nsi ez'enjawulo gye yakubanga Kuluseedi ennene ennyo.

Weguweredde omwezi ogw'omwenda omwaka gwa 2010, Manmin Central Church ebadde eweza ba memba abassuka mu 100,000. So nga erina amatabi g'ekanisa amalala 9,000 agali mu Korea n'emu nsi endala, era n'aba minsani 132 beebakasindikibwa mu nsi 23, omuli ne Amerika, Russia, Germany, Canada, Japan, China, France, India, Kenya, n'endala nnyingi.

Ekitabo kino w'ekifulumidde, Dr. Lee abadde awandiise ebitabo ebirala 60, omuli ebisinze okutunda nga Okuloza ku Bulamu Obutaggwaawo nga si n'afa, Obulamu Bwange, Okukkiriza Kwanga I & II, Obubaka Bw'omusalaba,
Ekigera Okukkiriza, Eggulu I & II, Ggeyeena, ne Amaanyi ga Katonda. Ebitabo bye bikyusiddwa okudda mu nnimi ezissuka mu 44.

Waliwo obubaka bwe obuwandiikibwa mu miko gye mpapula z'amawulire ng'olwa The Hankook Ilbo, The JoongAng Daily, The Dong-A Ilbo, The Munhwa Ilbo, The Seoul Shinmun, The Kyunghyang Shinmun, The Hankyoreh Shinmun, The Korea Economic Daily, The Korea Herald, The Shisa News, ne The Christian Press.

Dr. Lee kati akola ng'omukulembeze w'ebitongole by'obu misani bingi saako ebibiina: nga ye Sentebe wa, The United Holiness Church of Jesus Christ; Ye Pulezidenti wa, Manmin World Mission; Permanent President, The World Christianity Revival Mission Association; Ye yatandika, Manmin Ttivvi; Ye yatandika era ali ku bboodi ya, Global Christian Network (GCN); Mutandisi era ye Ssentebe wa Bboodi ya, World Christian Doctors Network (WCDN); era ye yatandika era ye sentebe wa Bboodi ya, Manmin International Seminary (MIS).

## Ebitabo ebirala Eby'amaanyi eby'omuwandiisi y'omu

*Eggulu I & II*

Ekifaananyi ekiraga ekifo ekirungi ennyo abatuuze b'omu ggulu mwe babeera n'ennyinyonyola ennungi ey'emitendera egy'enjawulo egy'obwakabaka obw'omu ggulu

*Obulamu Bwange, Okukkiriza Kwange I & II*

Evvumbe ery'omwoyo erisingayo obulungi erigiddwa mu bulamu obwameruka n'okwagala kwa Katonda okutatuukika, wakati mu mayengo g'ekizikiza, n'enjegere ezinyogoga saako obulumi obutagambika

*Okuloza ku Bulamu Obutaggwaawo nga si n'afa*

Obujjulizi bwa Dr. Jaerock Lee, eyazaalibwa omulundi ogw'okubiri era n'alokolebwa okuva mu kiwonvu eky'ekisiikirize eky'okufa era abadde atambulira mu bulamu bw'ekikristaayo obw'okulabirako

*Ekigera Okukkiriza*

Kifo kya kika ki eky'okubeeramu, engule n'empeera ebikutegekeddwa mu ggulu? Ekitabo kino kikuwa amagezi n'okukulung'amya okusobola okupima okukkiriza kwo osobole okuluubirira okukkiriza okusingayo obukulu.

*Ggeyeena*

Obubaka obw'amazima eri abantu bonna okuva eri Katonda, oyo atayagala wadde omwoyo ogumu okugwa mu bunnya bwa ggeyeena! Mujja kuzuula ebyo ebitayogerwangako ku bukambwa ate nga bwa ddala obuli mu magombe aga wansi aga geyeena.

www.urimbooks.com

www.ingramcontent.com/pod-product-compliance
Lightning Source LLC
LaVergne TN
LVHW021812060526
838201LV00058B/3342